லத்தீன் அமெரிக்க சினிமா

லத்தீன் அமெரிக்க சினிமா

சாரு நிவேதிதா

Title : Latin America Cinema
Author's Name : Charu Nivedita
Copyright © Charu Nivedita
Published by Ezutthu Prachuram

Ezutthu Prachuram
(An imprint of Zero Degree Publishing)
No.55(7), RBlock,
6th Avenue, Anna Nagar
Chennai - 600040

Website: www.zerodegreepublishing.com
E Mail id: zerodegreepublishing@gmail.com
Phone : 98400 65000

Ezutthu Prachuram First Edition: February 2021
ISBN : 978 93 90884 67 4
TITLE NO EP : 175

Cover Design : Creative Studio
Layout : Vidhya Velayudham

சிங்கப்பூர் இளங்கோவனுக்கு...

பாகம் : ஒன்று

பிரசுர விபரம்

மக்காரியோ திரைப்பட விமர்சனம் அன்னம் விடு தூது ஏப்ரல் 1985 இதழில் வெளியிடப்பட்டது.

Jorge Sanjines-உடனான பேட்டி Young Cinema and Theatre என்ற சஞ்சிகை எண்: 2 இல் 1975ஆம் ஆண்டு வெளியானது. அதன் தமிழ் மொழிபெயர்ப்பு பிரக்ஞை எண் 38 – 41 இதழில் வெளியானது. பிரக்ஞையில் வெளிவந்த மொழிபெயர்ப்பே இந்நூலிலும் எடுத்துக் கொள்ளப்பட்டது. இவ்விரு சஞ்சிகைகளுக்கும் நன்றியுடன்.

இந்நூலில் பிரசுரமாகியிருக்கும் Rigoberto Lopez Perez இன் 'Letter – Testament' கவிதை Granma Weekly Review : Supplement of Latin – American and Caribbean Literature (Havana) இதழில் ஆகஸ்ட் 1979இல் வெளியானது.

நுழையும் முன் சில வார்த்தைகள்

(முதல் பதிப்புக்கு எழுதிய முன்னுரை)

இந்த நூலில் வரலாற்று முக்கியத்துவம் வாய்ந்த லத்தீன் அமெரிக்கத் திரைப்படங்களுள் மிகச் சிலவே இடம் பெற்றிருக்கின்றன. அதிலும் ஒரு கோர்வையின்றி பார்க்கக் கிடைத்த படங்களை வைத்து மட்டுமே எழுதப்பட்டுள்ளது. லத்தீன் அமெரிக்க சினிமா – ஓர் வரலாறு என்ற பெயரிலேயே ஒரு நீண்ட திரைப்படம் இரண்டு பாகங்களாக வெளிவந்துள்ளது. தில்லித் திரைப்பட விழாவில் இப்படம் திரையிடப்பட்டும் என்னால் பார்க்க முடியாமல் போனது கையில் பணமில்லாததால்தான். அப்போது என் கையிலிருந்த *Dona Flor and Her Two Husbands* என்ற படத்திற்கான டிக்கட்டை நூறு ரூபாய்க்குக் கேட்டார்கள் சினிமா அபிமானிகள். டிக்கட்டை விற்று விடவே மனம் ஆசை கொண்டது ஒருக்கணம். (இந்த நூறில் இன்னும் பத்து படங்கள் பார்க்கலாம்!) ஆனாலும் *Jorge Amado*வின் மீதுள்ள ஆர்வம் என்னைத் தடை செய்தது. பத்து படங்களுக்கு பதிலாக *Dona Flor* என்ற ஒரு படம்!

இந்த நூல் இன்னும் சிறப்பாக எழுதப்பட்டிருக்கலாம். எழுத முடிந்தவர்களிடமிருந்து மிகவும் கொஞ்சமாகவே நமக்குக் கிடைக்கிறது. உதாரணமாக, வெங்கட் சாமிநாதன். தமிழ்க் கலாச்சார சூழலில் வெங்கட் சாமிநாதன் அளவுக்கு சினிமா என்ற கலாசாதனம் பற்றிய ஞானமுள்ளவர்கள் வேறு யாருமிலர் என்பதே என் கருத்து. அனுபவத்தில் அறிந்தது. ஃ இதழில் வெளியான *கார்டியாக்* என்ற சினிமா பற்றிய அவருடைய கட்டுரையெல்லாம் அவர் திறமையில், அவர் அனுபவத்தில் ஒரு சிறிய துளி.

சினிமாவை ஒரு கலாசாதனமாக எனக்கு முதன் முதலில் அறிமுகப்படுத்தியவர் வெங்கட் சாமிநாதன்தான். அவருடன்

பழகிய ஒரு வருட காலத்தில் அநேகமாக மாதம் இருபது படங்கள் வீதம் அவருடன் பார்த்திருக்கிறேன். (மீதி பத்து நாட்களில் இசை, நடனம், நாடக நிகழ்ச்சிகள்!)

அலுவலகத்திலிருந்து ஐந்து மணிக்குப் பிய்த்துக்கொண்டு வெளியேறி 11-ஆம் நம்பர் பஸ்ஸைப் பிடிப்பேன். ஸ(த்)தர் பஜாரின் கொடுமையான நெரிசலில் ஆமை வேகத்தில் நகரும் அந்த பஸ். புது தில்லி ரயில் நிலைய பஸ் நிறுத்தம் வரை காத்திருக்கப் பொறுமையின்றி அதற்கு முன்னாலேயே இறங்கி இறைக்க இறைக்க ஒரு கிலோ மீட்டர் தூரம் ஓடி 'மஹாராஷ்ட்ரா ரங்காயன்' என்ற திரையரங்கைச் சென்றடைவேன். அதற்குள் திரைப்படம் ஆரம்பித்து ஐந்து நிமிடம் ஆகியிருக்கும். சாமிநாதன் மட்டும் வெளியே பொறுமையின்றி நின்றிருப்பார். ஏன் தாமதம் என்று கேட்கக் கூட நேரமிருக்காது. புயல் வேகத்தில் உள்ளே நுழைந்து இருட்டில் தடுமாறி... பிறகு படம் முடிந்ததும் ஒன்பது மணிக்கு இந்தியா இண்டர்நேஷனல் சென்டரில் ஒரு படம் இருக்கிறது என்பார் சாமிநாதன். உடனே அடித்துப் பிடித்துக்கொண்டு IICக்குப் புறப்படுவோம். இதற்கு இடையிலேயே முடிந்தால் (!) ஒரு தேநீர். மதியம் சாப்பிட்ட இரண்டு ரொட்டி போன இடம் தெரிந்திருக்காது. IICயில் ஒரு ஃபாஸ் பைண்டரோ (Rainer Werner Fassbinder) அல்லது ஃபெலினியோ (Federico Fellini)... அது முடிந்து பன்னிரண்டு மணிக்குமேல் ஆர்.கே.புரத்தை நோக்கி நடை! இப்படி நான் கழித்தது ஒரு வருடம். சாமிநாதனுக்கு எத்தனை வருடங்களோ... வாய்ப் பேச்சு வீரர்களுக்காக இத்தனையும் சொல்கிறேன்.

ஆனால் வெங்கட் சாமிநாதன் இந்த அனுபவங்களை தமிழ்ச் சூழலில் முன் வைக்காதது நமது துரதிர்ஷ்டம்தான். அவருடைய அடிப்படைப் பார்வைகளுடன் நான் முற்றாகவே முரண்பட்டாலும், மேற்கூறிய விஷயங்களில் இருவித கருத்துக்களுக்கே இடமில்லை.

***

இந்த நூல் லத்தீன் அமெரிக்க சினிமா பற்றியது என்றாலும் கூட லத்தீன் அமெரிக்காவைப் பற்றிய ஒரு அறிமுக நூலாகவே இதைக் கொள்ள வேண்டும். லத்தீன் அமெரிக்காவைப் பற்றி தினசரி செய்திகள் வந்துகொண்டிருக்கின்றன. 1973 – 1982 காலகட்டத்தில் அர்ஜென்டினாவின் அதிபர்களாயிருந்த பல ராணுவ அதிகாரிகள்

ஆயுள் தண்டனை விதிக்கப்பட்டிருக்கிறார்கள். சிலருக்கு தண்டனை மிகவும் குறைவாக அளிக்கப்பட்டிருக்கிறது. தண்டனையை அதிகரிக்க வேண்டி பெண்கள் எதிர்ப்பு ஊர்வலம் நடத்துகிறார்கள். நிகாராகுவா தலைநகரம் மனாகுவாவில் எதிர்ப்புரட்சியாளர்கள் மக்களைத் தாக்கிக் கொண்டிருக்கிறார்கள். நிகாராகுவா விமானங்களை அமெரிக்கா சுட்டு வீழ்த்துகிறது. நிகாராகுவாவின் வெளியுறவு மந்திரி *Miguel D'Escoto* என்ற கத்தோலிக்கப் பாதிரியார் சாந்தினிஸ்த்தா அரசாங்கத்திற்கெதிரான அமெரிக்காவின் ராணுவத் தாக்குதலை எதிர்த்து கிட்டத்தட்ட ஒரு மாதம் உண்ணாவிரதம் இருக்கிறார். அபாயகரமான உடல்நிலையில் இருப்பதாக அறிவிக்கப்படுகிறது. இவரது போராட்டத்தை ஆதரித்து ப்ரஸீலைச் சேர்ந்த கத்தோலிக்கப் பாதிரியார் *Pedro Casaldaliga* தானும் நிகாராகுவாவிற்கு வந்து பாதிரியார் மிகேலுடன் உண்ணாவிரதத்தில் சேர்ந்து கொள்கிறார். வாஷிங்டனில் சாந்தினிஸ்த்தா அரசை எதிர்ப்பவர்களுக்கென இரண்டு கோடியே எழுபது லட்சம் டாலர் உதவித் தொகையைக் கொடுக்க சட்டம் இயற்றப்படுகிறது.

எல் சால்வதோர் நாட்டின் தலைநகரமான சான் சால்வதோரில் பல்கலைக் கழக மாணவர்கள், பேராசிரியர்கள், ஊழியர்கள் அடங்கிய 5000 பேர் கலந்து கொண்ட ஊர்வலம் உலகப் பத்திரிகைகளில் முதல் பக்க இடத்தைப் பிடித்துக்கொள்கிறது.

இதையெல்லாம் மேலும் சரியாகப் புரிந்துகொள்ள இந்நூல் உதவுமானால் அதுவே போதுமானது.

***

முன்னுரை

லத்தீன் அமெரிக்க சினிமா என்று தலைப்பிடப்பட்டிருந்தாலும் இந்நூலில் ப்ரஸீல், எல் சால்வதோர், நிகாராகுவா, பொலிவியா, கூபா, அர்ஜென்டினா ஆகிய நாட்டுப் படங்களைப் பற்றி மட்டுமே பேசப்பட்டிருக்கிறது. இது இந்நூலின் முக்கியமான குறை. பல புகழ் பெற்ற லத்தீன் அமெரிக்க இயக்குநர்களின் படங்கள் பற்றி இந்நூலில் எதுவும் சொல்லப்படவில்லை. 1981ஆம் ஆண்டு தில்லியில் நடந்த கூபத் திரைப்பட விழா, அடுத்து 1982-இல் நடந்த மெக்ஸிகன் திரைப்பட விழா இரண்டிலும் பல முக்கியமான திரைப்படங்களைப் பார்க்க முடிந்தது எனினும், நான் அப்போது குறிப்புகள் எதுவும் எடுத்து வைத்துக் கொள்ளாததால் அவற்றைக் குறித்து விரிவாக இங்கு எழுத முடியவில்லை.

முக்கியமான கூப இயக்குனர் Manuel Octavio Gomez இன் The First Charge of the Machete (1969) போன்ற படங்களையும், தொமாஸ் அலேயாவின் (Tomas Gutierrez Alea) படங்களையும் பார்க்க முடியாமல் போனது மற்றொரு குறை. பொதுவாக கூப நாட்டுத் திரைப்படங்களைப் பார்க்கையில் நம்மை முதலில் கவர்வது அப்படங்களின் வெளிப்படைத் தன்மைதான். உதாரணமாக, Portrait of Teresa, தொமாஸ் அலேயாவின் Death of a Bureaucrat போன்ற படங்கள். பிந்திய படத்தை நம்மவர்கள் பார்த்திருக்கக்கூடும். அதிகார வர்க்கத்தை மிகக் கூர்மையாக, மனதில் தைக்கும் கிண்டலுடன் விமர்சிக்கும் படம் அது. சோஷலிச நாட்டில் கூட அதிகார வர்க்கத்தின் கொடுமை பாரீர் என்று நம்முடைய கம்யூனிச எதிர்ப்பாளர்கள் குதூகலிக்கக் கூடும். ஒட்டு மொத்தமாக கூபாவின் சாதனையைக் கணக்கில் எடுத்துக்கொண்ட பின்னர் மட்டுமே மேற்கண்ட குறையையும் கூறுவது நியாயமானது. மேலும் தொமாஸ் அலேயாவின் ஒரு படத்தை மட்டும் தனியாக வைத்துப் பேசுவதும்

தவறானது. காரணம், அவருடைய *The Last Supper* என்ற படம், *Death of a Bureaucrat* படத்திற்கு முற்றிலும் நேர் எதிர் நிலையில் நிற்கும் ஒன்று.

Pastor Vega இயக்கிய *Portrait of Terasa (1979)* என்ற படம் கூட இன்றைய கூபாவின் முக்கிய பிரச்சினையொன்றில் கவனம் செலுத்தும் படம்தான். குடும்பம் என்பது பல புதிய பிரச்சினைகளை உருவாக்கிக் கொண்டிருக்கும் ஒரு அமைப்பாக இன்றைய சோஷலிச கூபாவில் இருந்து வருவதைக் காட்டும் படம் இது. தன்னுடைய மூன்று குழந்தைகளையும், கணவனையும் பராமரிக்கின்ற, ஒரு தொழிற்சாலையில் வேலைக்கும் போய்க்கொண்டிருக்கின்ற ஒரு பெண் தெரேஸா. அவள் இத்தொழிற்சாலையின் அமெச்சூர் நாடகக் குழுவிலும் முக்கிய பங்கு வகிப்பதால் வீட்டுக்கு வர சில நாட்களில் அவளுக்கு ஒன்பது மணிக்கும் மேல் ஆகிவிடுகிறது. கணவன் கோபம் கொள்கிறான். அவளுடைய அபாரமான நடிப்புத் திறமையின் பொருட்டு நாடகக் குழு அவளை விட்டு விடத் தயக்கம் கொள்கிறது. வீட்டில் பிரச்சினை தீவிரமடைகிறது. தொழிற்சாலை மற்றும் நாடகக்குழு வேலைகளுக்கிடையிலும் தன் குடும்பப் பொறுப்பிலிருந்து எள்ளளவும் தவறாத தெரேஸாவை (கணவனுடைய, குழந்தைகளுடைய துணிகளை அவள் நடு இரவில் துவைக்கிறாள்) கடமை தவறியவள் என்று குற்றம் சாட்டுகிறான் கணவன். அதோடு, கீழ்த்தரமான வேறொரு பெண் ஒருத்தியுடன் உறவு வைத்துக்கொண்டு சுற்றுகிறான். தலைநகரின் நாடக விழாவில் தெரேஸாவின் நாடகம் பிரமாதமான பாராட்டைப் பெற்று, தொலைக்காட்சி நிகழ்ச்சியில் பேட்டி காணப்படுகிறாள் தெரேஸா. பேட்டி காண்பவர் "உங்களுடன் நடித்த ஹீரோவும் நீங்களும் நல்ல ஜோடி. உங்களுக்கு அவர் மேல் பிரியம் இல்லையா?" என்ற ரீதியில் கேள்வி கேட்கும் போது, "இல்லை, அவர் ஒரு நண்பர். ஆனால் நான் என் கணவரைத்தான் நேசிக்கிறேன்" என்று சொல்கிறாள். இந்தத் தொலைக்காட்சி நிகழ்ச்சியைப் பார்க்கும் கணவன் வீட்டுக்குப் போய் தெரேஸாவைக் கொஞ்சி அவளுடன் காதல் புரிகிறான். பின் மீண்டும் சில நாட்கள் வீட்டுக்கு வராமல் அந்த மற்றொரு பெண்ணுடன் இருந்து விட்டு வருகிறான். இது தெரேஸாவுக்குத் தெரிந்து போகிறது. அவள் வீட்டை வேறு பூட்டினால் பூட்டிவிட்டு தன் அம்மா வீட்டுக்குப் போகிறாள். அவளுடைய அம்மாவுக்கு தெரேஸாவின் செயலுடன் உடன்பாடு இருப்பதில்லை. "அவன் ஆண், அவன் எப்படி வேண்டுமானாலும் இருக்கலாம். நீதான் ஒத்துப்போக வேண்டும். உன் ஃபிடல் *(Fidel*

Castro) கூட இதையெல்லாம் மாற்றிவிட முடியாது. நீ உன் புரட்சியையெல்லாம் குடும்பத்தில் வந்து பேசக் கூடாது. பேசாமல் திரும்பிப்போய் அவனுடன் சேர்ந்து வாழக் கற்றுக்கொள்" என்று அறிவுரை சொல்கிறாள். கோபமுற்ற தெரேஸா திரும்பி வந்து விடுகிறாள். அவள் வீடு வந்ததும் பக்கத்து வீட்டில் இருப்பவள் அவளிடம் அவள் கணவன் வந்து போன விபரத்தைச் சொல்ல அவள் அழுதுகொண்டே "அவன் எவளுடனோ சுற்றிக் கொண்டிருப்பது கூட தாங்கிக் கொள்ளக் கூடியதாயிருந்தது. ஆனால் அவன் இரண்டு நாட்களுக்கு முன்பு கூட என்னுடன் படுத்துக்கொண்டான். நான் என்னை ஒரு மோசமான கழிசடையைப் போல் உணர்கிறேன்" என்கிறாள். மறுநாளும் கணவன் வீட்டுக்குள் நுழைய முடியாததால் தெரேஸா தொழிற்சாலையிலிருந்து திரும்பும்போது அவளுடனேயே தொடர்ந்து வந்து அவளுடைய கைகளைப் பற்றி அவளுடனேயே வரப்போவதாகச் சொல்கிறான். அவள் அவனை அலட்சியம் செய்து முன்னே செல்லும் பொழுது "இதோ பார்... நான் அவளுடன் போனதை மனதில் வைத்துக் கொள்ளாதே. நான் ஒரு ஆண் அதனால்தான் அப்படி நடந்துகொண்டேன்" என்கிறான். அவள் "அதுபோல் நான் நடந்திருந்தால்?" என்று கேட்க, அவன் பதிலுக்கு "ஆனால் நான் ஒரு ஆண்" என்கிறான். அவள் முன்னே போய்க் கொண்டேயிருக்க அவன் மறுபடியும் "*You see, but it is different with a man*" என்கிறான். அவள் பதில் சொல்லாமல் இருக்கவே அவன் மீண்டும் பேசுகிறான். "சரி, உன்னைப் பற்றியும் நான் கேள்விப்படுகிறேன், நீ உன் நாடகத்தோழனோடு தகாத உறவு வைத்துக் கொண்டிருப்பதாக. அது உண்மையா?" அவள் ஒரு கணம் அவனை முகத்துக்கு நேராகப் பார்த்து அழுத்தத்துடன் "ஆமாம்" என்கிறாள். அவன் திகைத்து நிற்கிறான். அவள் தன் கையைப் பற்றியிருக்கிற அவன் கையை உதறி எறிந்து விட்டு திரும்பிப் பாராமல் கூட்டத்தில் முன்னே, முன்னே நடந்து போகிறாள். கடைசி காட்சி அது. கேமரா அவளையே தனியாகக் காண்பித்து, தூரத்தில் கூட்டத்தின் நடுவே நடக்கும் அவளைத் தொடர்ந்து, இறுதியில் திரை முழுதும் அவள் முகமாக *freeze* ஆகிறது. தெரேஸா அழவில்லை. அவள் முகத்தில் துக்கக் குறி இல்லை. மாறாக, முகத்தில் சுய கௌரவத்தின் ஒளி பளீரிடுகிறது.

***

இந்நூலில் குறிப்பிடப்பட்டிருக்கும் படங்கள் அனைத்துமே நான் தில்லியில் 1985இல் நடந்த பத்தாவது சர்வதேசத் திரைப்பட விழாவில் *Focus on Latin America* என்ற பிரிவில் பார்த்தவை. வழக்கம்

போலவே திரைப்பட விழாவிற்கான ஏற்பாடுகள், நிர்வாகம் அனைத்தும் மிக மோசமாகவே இருந்ததால் இழப்புகள் பல. முக்கியமான பல படங்களைப் பார்க்க முடியாமல் போனது. அவற்றுள் ஒன்று துபாக் அமாரு *(Tupac Amaru)* என்ற படம். காரணம், எவ்வித முன்னறிவிப்பும் இன்றி இப்படம் இந்தியா இண்டர்நேஷனல் சென்டரில் திரையிடப்பட்டது. இந்தப் படத்தை நான் பார்க்க முடியாமல் போனாலும் இது பற்றி இங்கு சிறிது குறிப்பிட வேண்டியது அவசியமாகிறது.

ஸ்பானிய காலனி ஆதிக்கத்தை எதிர்த்து பதினெட்டாம் நூற்றாண்டின் இறுதியில் ஒரு இயக்கத்தை ஏற்படுத்திப் போராடிய துபாக் அமாரு[1] இன்கா *(Inca)* பரம்பரையில் கடைசியாக வந்தவன். பெரூவின் இடதுசாரிக் கூட்டணி துபாக் அமாருவின் அந்த இயக்கத்தைத் தன் முன்னோடியாக ஏற்று இன்று போராடிக் கொண்டிருக்கிறது.

பொலிவார்[2], சான் மார்ட்டின்[3] போன்றவர்களின் ஆயுதமேந்திய

---

1 Jose Gabriel Tupac – Amaru II: பெரூவை ஸ்பானிய ஆதிக்கத்திலிருந்து விடுவிக்க முயன்ற ஒரு போராட்ட வீரர். பெரூவின் தலைநகரமான லீமாவின் நாற்சந்தி ஒன்றில் *1871*ஆம் ஆண்டு கொடூரமான விதத்தில் படுகொலை செய்யப்பட்டார். முதலில் நாக்கு துண்டிக்கப்பட்டு, பிறகு கைகளிலும், கால்களிலும் குதிரைகள் கட்டப்பட்டு நாலா பக்கமும் அவை விரட்டப்பட்டன. அப்படியும் அவர் சாகாதிருக்கவே கைகளும் கால்களும், மற்ற உறுப்புகளும் துண்டிக்கப்பட்டு நெருப்பில் போடப்பட்டன.

*2 Simon Bolivar: 1783*ஆம் ஆண்டு வெனிஸுவலாவின் பிறந்தவர். தென்னமெரிக்காவை ஸ்பானியர்களிடமிருந்து விடுவிப்பதையே தனது லட்சியமாகக் கொண்ட பொலிவார் கிட்டத்தட்ட இருநூறு போர்க்களங்களைக் கண்டவர். ஆறு நாடுகளை ஸ்பானிய ஆதிக்கத்திலிருந்து மீட்டார். இவனுடைய பெயரே பொலிவியாவுக்கு இடப்பட்டது.

3 San Martin (1778 – 1850): பொலிவாரைப் போலவே தென்னமெரிக்கா முழுவதையும் ஸ்பானிய ஆதிக்கத்திலிருந்து விடுவிக்க வேண்டுமென கனவு கண்ட மார்த்தின் முதலில் தனது நாடான அர்ஜென்டினாவில் தனது ராணுவத்தை பலப்படுத்திக் கொண்டார். பெரூவை விடுவிப்பதற்கான முயற்சியில் முதலில் மனிதனால் கடக்க முடியாதென நம்பப்பட்ட ஆந்தேஸ் *(Andes)* மலைகளைக் கடந்து சென்று *1817*ஆம் ஆண்டில் – சீலேயை வெற்றி கொண்டார். சீலேயில் தனக்கு அளிக்கப்பட்ட பதவிகளை மறுத்து *1821*இல் பெரூவை விடுவித்தார். அந்தக் காலக் கட்டத்தில்தான் பொலிவார் ஈகுவதோரை *(Equador)* விடுவித்திருந்தார். *1822* ஜூலையில் ஈகுவதோரில் இந்த இரு வீரர்களுக்குமிடையே ஒரு சந்திப்பு நிகழ்ந்தது எனினும் பொலிவாரின் ஈடுபாடின்மையினால் அது பயனளிக்காமல் போனது. பிறகு மூன்று ஆண்டுகள் கழித்து பொது வாழ்விலிருந்து தன்னை விலக்கிக் கொண்ட சான் மார்த்தின்

போராட்டத்திற்குப் பிறகு ஸ்பானியர் ஆட்சிக்கு முற்றுப்புள்ளி வைக்கப்பட்ட தெனினும், சமூகப் பொருளாதார அமைப்பில் எந்த வித மாற்றமும் இங்கு ஏற்படவில்லை. (ஸ்பானியர்களுக்கு பதிலாக கிரியொஸ் இனத்தவரின் ஆட்சி ஏற்பட்டது. அவ்வளவுதான் – இந்தியர்கள், வெள்ளையர்கள், ஆப்பிரிக்காவிலிருந்து அடிமைகளாகக் கொண்டு செல்லப்பட்ட கருப்பர்கள் என்ற மூன்று இனங்களின் கலப்பில் உருவானவர்கள் கிரியோல் *(Croeole)* இனத்தவர். இவர்களைத் தவிர, இந்தியர்களும் ஏனைய முப்பத்து இரண்டு இனக்குழுக்களும் *(Ethnic Groups)* பெரூவில் பெரும்பான்மையினர். மற்ற லத்தீன் அமெரிக்க நாடுகளைப் போலவே பெரூவின் ஆட்சியாளர்களும் வட அமெரிக்க ஏகாதிபத்தியத்தின் பக்க பலத்தையே நம்பியிருக்கிறார்கள். நாட்டின் பொருளாதாரம் பன்னாட்டு நிறுவனங்களின் *(Trans – National Corporations)* கையில் ஒப்படைக்கப்பட்டுள்ளது.

1868-இல் *Velasco Alvarado* என்ற ராணுவ அதிகாரியின் தலைமையில் ஒரு தேசீய விடுதலை இயக்கம் ஆட்சியைப் பிடித்தது. இந்த இயக்கத்தினர் சமூக மாற்றத்திற்கான பல நடைமுறைகளைச் செயல்படுத்தினார்கள். உற்பத்தி உறவுகளில் சீரிய மாற்றங்களைக் கொண்டு வந்தார்கள். பழைய நிலவுடமைச் சட்டங்கள் மாற்றப்பட்டன. நிர்வாகம் தொழிலாளர்களிடம் ஒப்படைக்கப்பட்டது. ரஷ்யாவை முன் மாதிரியாகக் கொண்டு, நாட்டுப்புறப் பகுதிகளில் உற்பத்தி, விநியோகம் ஆகியவை கூட்டுறவு முறையில் மாற்றி அமைக்கப்பட்டன. இவற்றில் இந்த மூன்றாவது மாற்றம் புதிய அரசின் வீழ்ச்சிக்கு வழிகோலியது.

பத்தாவது திரைப்பட விழாவுக்கு வந்திருந்த *Federico Garcia Hurtado* (துபாக் அமாருவின் இயக்குநர்) காரணத்தை விளக்குகிறார்: "அந்த இயக்கத்தின் தலைவர்கள் பெரூவிலிருந்து நாடு கடத்தப்பட்டு வெளிநாட்டில், பொதுவாக ஐரோப்பாவில் இருந்தவர்கள். குறிக்கோள் சிறப்பானதாக இருந்தாலும், அவர்கள் பெரூவின் உண்மை நிலையை அறிந்திருக்கவில்லை. (அந்தச் சூழ்நிலைக்கு) அவர்கள் முற்றிலும் அந்நியமாயிருந்தார்கள். இந்தியச் சமுதாய அமைப்பை நீக்கி அங்கு சோவியத் அமைப்பைக் கொண்டு வர முயன்றதுதான் இந்தியர்களால் தீவிரமாக எதிர்க்கப்பட்டது. ஆக *1968*-ஆம் ஆண்டின் இயக்கம் தோல்வியுற்றதற்குக் காரணம், சோஷலிசத்தை அவர்கள் எந்திரத்தனமாக செயல்படுத்தியதுதான்." *(Patriot, 8-1-1985)*

ஃப்ரான்ஸுக்குப் போய் *1850* வரை மிகவும் ஏழ்மையான நிலையில் இருந்து இறந்தார். மிகவும் தன்னடக்கமும், தத்துவ நோக்கும் கொண்டிருந்தார்.

பெரூவின் சினிமா பற்றியும், பொதுவாக லத்தீன் அமெரிக்க சினிமா குறித்தும் ஃபெத்ரிகோ கார்ஸியா இவ்வாறு கூறுகிறார்: "இன்று பெரூவில் சினிமாவின் முதன்மையான பணி மக்களை ஒன்று திரட்டுவதாக இருக்கிறது; அவர்கள் தங்களின் அடையாளத்தை உணரும் பொருட்டு அவர்களைத் தயார்ப்படுத்துவதாக இருக்கிறது; இந்த சுய பிரக்ஞைக்கு எதேச்சாதிகாரத்திற்கு எதிரான குணாம்சத்தைக் கொடுப்பதாக இருக்கிறது; எல்லா லத்தீன் அமெரிக்கத் திரைப்படங்களும் அரசியல் சார்ந்தவையே. அதாவது, குறிப்பிடத் தகுந்த படங்களைச் சொல்கிறேன். மற்றபடி மெக்ஸிகோ, ப்ரஸீல், அர்ஜென்டினா, வெனிஸுவலா போன்ற நாடுகளிலிருந்து எண்ணற்ற வியாபார சினிமாக்களும் வருகின்றன. *(Patriot, 8-1-1985)*

பத்தாவது சர்வதேசத் திரைப்பட விழாவில் என்னை மிகவும் கவர்ந்த படங்களுள் *Idade to Terra*வும் *(Age of Earth)* ஒன்று. அந்நியமாதல் தத்துவத்தை அடிப்படையாகக் கொண்ட இந்தப் படத்தைப் பற்றி மட்டுமே தனியாக ஒரு நூல் எழுத முடியும். க்ளாபர் ரோச்சாவின் *(Glauber Rocha)* இந்தப் படத்தை நான் முதல் முறை பார்த்தபோது இப்படத்தின் அழகில், தொழில் நுட்பத் திறனில் திளைத்து குறிப்புகள் எடுக்க மறந்து போனேன். இரண்டாம் முறை பார்த்து, குறிப்புகள் எடுத்த பிறகுதான் இந்தப் படத்தைப் பற்றி எழுதுவது எவ்வளவு கடினம் என்பதை உணர்ந்தேன். உயர்தரமான இசையையும், நடனத்தையும் கொண்டுள்ள *70 m.m.* படமான இது ஒரு தனித்துவமான சினிமா அனுபவத்தைத் தந்தது. ஆனால் அதை எழுதுவதென்றால் இன்னும் இரண்டு முறை பார்த்தாக வேண்டும் என்று உணர்கிறேன். அந்த நிலையில் இப்போது நான் எடுத்த குறிப்புகளை மட்டும் கீழே தருகிறேன்:

Collage
ஆத்மாநாமின் கவிதை
நவீன ஓவியம்
பறை இசை
Pop culture
உதய ஷங்கரின் சிவ நடனம்.

I want you to love me
I want you to seduce me
இரவு விடுதிகளில் நிர்வாண நடனம்.
நடனமாடியவள் சொல்கிறாள்:
I Castrate men.

சினிமா

விளம்பரங்கள். *Consumerism. Catholicism.*

Third world is starved to death Western countries give Cola to the Third world for its hunger.

Transnationals dominate the society. John Brahms - symbolic character of transnationals – stylized acting – distorted dialogue.

பூர்ஷ்வாக்கள்
விபச்சாரிகள்
OPEC Countries increased the price of Petrol by 50%
We have rich people and poor people.
Powerful images

Modern Theatre
Revolution must be made by the people
All depicted through symbolic characters
Dialectical synthesis of socialism and capitalism.

பல்வேறு சமயங்களில் நான் பார்க்க நேர்ந்த லத்தீன் அமெரிக்கப் படங்களைப் பற்றி அவ்வப்போது குறிப்புகள் எடுத்து வைத்துக் கொள்ளாததால் அவற்றைப் பற்றி இந்நூலில் இப்போது என்னால் பேச முடியவில்லை. முக்கியமாக ஒன்பதாவது சர்வதேசத் திரைப்பட விழாவில் (தில்லி – *1981*) பார்க்க நேர்ந்த சில படங்கள். மற்ற சமயங்களில் காணக் கிடைப்பதற்கு அரிதான படங்கள் அவை. வெனிஸுவலாவின் சர்வாதிகாரியாயிருந்த *Juan Vicente Gomez*இன் ஆட்சியில் நடந்த போராட்டத்தைப்பற்றி வந்திருந்த ஒரு படம் இன்னும் மனக்கண் முன் நிற்கிறது. எழுதவோ, படிக்கவோ தெரியாமலேயே இருபத்தேழு ஆண்டுகள் *(1908 – 1935)* வெனிஸுவலாவின் சர்வாதிகாரியாயிருந்த கோமஸ் அந்த நாட்டைத் தன்னுடைய தனிப்பட்ட சொத்தாகவே பாவித்தான். பல்லாயிரக்கணக்கான போராளிகள் இவனுடைய ஆட்சியில் கொடும் ஆக்கினைகளுக்கு உள்ளானார்கள். சிறைச்சாலைகளில் அரசியல் கைதிகளின் கால்களில் பெரும் இரும்புக் குண்டுகள்[4] கட்டப்பட்டு அதுவே கைகளுக்கும் இணைக்கப்பட்டது. பலர் தலைகீழ் கட்டப்பட்டு அடித்துக் கொல்லப்பட்டார்கள். சுருக்கமாகக் கூறினால் கோமஸ் ஹிட்லருக்குச் சமமான ஒரு கொடுங்கோலன்.

*4. 1945*இலும், பிறகு *1958* இலும் இரண்டு முறை தேர்தல்களின் மூலமாக ஆட்சிக்கு வந்த *Romulo Betancourt* கோமஸின் ஆட்சியில் சிறையில் இருந்தவர். இவர் தனது கால்களில் கட்டியிருந்த இரும்புக் குண்டுகளின் கனம் *96* பவுண்டுகள் இருந்ததாக தனது சிறைக் குறிப்புகளில் எழுதுகிறார்.

படத்தின் இயக்குநர் அவனுடைய கால கட்டத்தை வரலாற்று ரீதியாக படமாக்கியிருந்தார்.

இந்த நூலின் மற்றொரு குறை, தமிழ்ச் சூழலைப் பற்றி இந்நூல் அக்கறை கொள்ளாதது. தமிழில் லத்தீன் அமெரிக்க சினிமா – அதுவும் ஒரு முழுப் பார்வையுடன் அல்லாமல், ஒரு சில படங்களைப் பற்றி மட்டும் – பேச வேண்டியதன் அவசியம் என்ன? இந்த நூலில் அது விளக்கப்படவில்லை. மேலும் தமிழ்ச் சினிமா சூழல், தமிழில் அரசியல் சினிமா போன்றவைகள் குறித்து இந்நூல் மௌனம் சாதிக்கிறது. இதனால் இது வெறும் 'தெரிந்துகொள்ளும்' முயற்சியுடன் மட்டுமே நின்று விட்டிருக்கிறது என்று ஒரு நண்பர் இந்நூல் குறித்துப் பேசிக் கொண்டிருக்கையில் கூறினார். உண்மைதான். இருப்பினும் அதை என்னால் செய்ய முடியவில்லை. காரணம், தமிழில் அரசியல் சினிமா பற்றி எனக்கு அதிகம் தெரியாது என்பதுதான். தமிழ்நாட்டில் சினிமாவும், அரசியலும் ஒன்றோடு ஒன்றாகப் பின்னிப் பிணைந்தது. இலக்கியத்தையும் இதோடு சேர்த்துக்கொள்ளலாம். எழுதப் புகுந்தால் நாடோடி மன்னனிலிருந்து ஆரம்பிக்க வேண்டும். அது ஒரு தனி ஆராய்ச்சி. யாரேனும் விஷயம் தெரிந்தவர்கள்தான் செய்ய வேண்டும்.

பாண்டிச்சேரி — *சாரு நிவேதிதா*

31-7-1985

ப்ரஸீல்

The Guns

இயக்குநர்: Ruy Guerra

ஆண்டு: 1964.

தகிக்கும் சூரியனோடு படம் ஆரம்பமாகிறது. பின்னணியில் சமயச் சடங்குகள் சார்ந்த இசை. வறண்டு வெடித்த நிலம். அடுத்து, கேமரா ஒரு எருதைக் காண்பிக்கிறது. தெய்வமாக்கப்பட்ட எருது .

தொடர்ந்த வறட்சி காரணமாக பசி பட்டினியால் செத்துக் கொண்டிருக்கும் ஒரு கிராமம். ஒரு ஊரின் நிலப்பிரபுவும், மளிகை வியாபாரியுமான ஒருவன் உணவு தானியங்களை பதுக்கி வைத்துக்கொண்டு அவற்றின் பாதுகாப்புக்காக போலீஸ் உதவியை நாடுகிறான்.

போலீஸ் வருகிறது. போலீஸின் பூட்ஸ்களையும், துப்பாக்கிகளையும் கேமரா நெருக்கத்தில காட்டுகிறது. காப்டனின் முகமும், பட்டினியால் வாடி வதங்கிய கிராம மக்களின் முகமும் மாறி மாறி காட்டப்படுகிறது. பின்னணியில் புனித எருதுவுக்குச் செய்யப்படும் சடங்குகள் சார்ந்த இசை. இது எல்லாமாகச் சேர்ந்து சூழலில் ஒரு இறுக்கத்தை உருவாக்குகிறது. இந்த இறுக்கம் படம் முழுதும் சீராகத் தொடர்ந்து கொண்டே இருக்கிறது. படம் ஒரு முடிவை நோக்கிக் கொஞ்சம் கொஞ்சமாக நகர்த்தப்படுவதைப் போல் கேமராவும், இசையும் செயல்படுகின்றன.

கிட்டத்தட்ட படம் முழுதும் புனித எருதுவுக்கு நடத்தப்படும் பிரார்த்தனை ஒலி தொடர்ந்து கொண்டே இருக்கிறது. ''கடவுள் வந்தார்... அவரை நான் பார்த்தேன்... கால்களே இல்லாமல்

இருந்தார்... நிச்சயம் மீண்டும் வருவார்... மழை பொழிவிப்பார்... நம்மையெல்லாம் காப்பார்...'' என்கிறான் ஒருவன். அவனை தேவ தூதனாக நினைக்கிறார்கள் மக்கள். அவர்களின் நம்பிக்கை வலுவடைகிறது. கூடவே பசியும், பட்டினியும், சாவும் அதிகரிக்கின்றன.

மக்கள் தொல்லை தருபவர்களாகத் தெரியவில்லை. ஆனாலும் திருடுவதற்கு உந்தப்பட்டு விடுவார்களோ என்று பயப்படுகிறான் மளிகை வியாபாரி. ''திருடினால் சுட்டுத் தள்ளி விடுவோம், பயப்படாதே'' என்று தைரியமளிக்கிறான் காப்டன்.

போலீசாரைப் பார்த்து கிராமம் நடுங்குகிறது. ஏனென்றால் மற்றோரிடத்தில் ஏற்பட்ட பட்டினிக் கலவரத்தை போலீஸ்தான் அடக்கி ஒடுக்கியது. ''அங்கே ஆயிரத்து இருநூறு பேரும், ஆயிரத்து ஐந்நூறு போலீஸ்காரர்களும் இருந்தார்கள். இறுதியில் ஜனங்களில் மிஞ்சியது இருபது பேர் தான்'' என்கிறார் வயதில் மூத்த ஒரு கிராமத்து மனிதர்.

இந்த போலீஸ்காரர்களுக்கிடையிலும் மனித உணர்வுகள் கொண்ட ஒருவன் இருக்கிறான். மாரியோ என்ற அவன் ராணுவத்திலும் பணிபுரிந்திருக்கிறான். ராணுவத்தில் அவனுடன் பணிபுரிந்த நண்பன் ஒருவன் 'டிரக்' டிரைவராக அந்தக் கிராமத்துக்கு வந்து சேருகிறான்.

போலீஸ்காரர்களுக்கு கிராமத்தில் எந்த வேலையும் இருப்பதில்லை. குடிக்கிறார்கள். சீட்டாடுகிறார்கள். அப்படியும் பொழுது நகர்வதாயில்லை. அவர்களுள் ஒருத்தன் துப்பாக்கியால் வெற்றிடத்தை சுட்டுக் கொண்டிருக்கிறான். ''என் குறி தப்பவே தப்பாது'' என்று அவன் தன் நண்பனிடம் பெருமையடித்துக் கொள்கிறான். பந்தயம் நடக்கிறது. சுடும்பொழுது குறி தப்பி அந்தக் கிராமத்து மனிதன் ஒருவனைத் தீர்த்துவிடுகிறது. பிணத்தை என்ன செய்வதென்று தெரியவில்லை. கிராமத்து மக்களிடம் எப்படிச் சொல்வது? ''இது என்ன, அநியாயமான விளையாட்டு? நான் அவர்களிடம் உண்மையைச் சொல்லி விடுகிறேன்'' என்கிறான் மாரியோ. ''உண்மையைச் சொன்னால் பெரிய சிக்கலாகி விடும். எனவே அவர்களிடம் இப்படிச் சொல்லி விடலாம்... நாங்கள் பார்த்துக் கொண்டே இருந்தோம். ஒருத்தன் எங்கிருந்தோ வந்தான். அவனுக்கும் இவனுக்கும் சண்டை நடந்தது. திடீரென்று இவனைக்

குத்திவிட்டு ஓடிவிட்டான் அவன் – எப்படி?'' என்கிறான் ஒருத்தன். காப்டன் இதற்கு ஒப்புக்கொள்ள, துப்பாக்கிக் காயத்தில் கத்தியால் குத்துகிறான் அவன். ''இறந்தவனுக்கு, ஒரு செத்த உடம்புக்குச் செய்யும் மரியாதையா இது?'' என்று மாரியோ சொல்வதை யாரும் கண்டு கொள்வதாயில்லை.

''நாங்கள் பார்த்துக்கொண்டே இருந்தோம்... அவனுக்கும் இவனுக்கும் சண்டை நடந்தது... அவன் இந்தக் கிராமத்து ஆள் மாதிரியும் இல்லை... அவன் கத்தி வைத்திருந்தான்... சுடுவதற்கு நினைத்தோம்... அதுவும் முடியவில்லை... குறி தவறி இவன் மேல் பட்டு விடுமோ என்று பயந்தோம்... திடீரென்று அது நடந்து முடிந்து விட்டது... எங்களால் ஒன்றுமே செய்யமுடியவில்லை...''

கிராமத்தாரிடம் நன்றாக ஜோடித்து சொல்லிவிடுகிறார்கள். ஆனால் லாரி டிரைவருக்கு மட்டும் விஷயம் எப்படியோ தெரிந்து விடுகிறது. ஆனாலும் அவனால் ஒன்றும் செய்ய முடியவில்லை.

முன்பே கூறியதுபோல், படம் இறுதி முடிவை நோக்கி மெல்ல நகர்கிறது. பட்டினியால் பலர் சாகிறார்கள். எருதுவுக்கு பிரார்த்தனை தீவிரமடைந்து கொண்டே போகிறது. கடவுளின் தூதன் தான் மட்டும் சாப்பிட்டுக் கொண்டு அனைவருக்கும் போதனைகள் செய்து கொண்டிருக்கிறான்.

ஒரு மருந்துக் கடையில் லாரி டிரைவர் நின்று கொண்டிருக்கிறான். அப்போது அங்கு ஒருவன் வந்து ஒரு சிறிய மரப்பெட்டியை யாசகம் கேட்கிறான். டிரைவர் ஆச்சரியத்துடன் அது எதற்கு என்று கேட்கும்பொழுது ''குழந்தை செத்துப் போய்விட்டது, அதைப் புதைப்பதற்காக'' என்கிறான் வந்தவன். அதிர்ச்சியுடனும், ஓரளவு புரிந்தும் டிரைவர் கேட்கிறான். ''எப்படிச் செத்தது?''

''நாங்களெல்லாம் ஒரு வாரமாக ஒன்றுமே சாப்பிடவில்லை... குழந்தைக்குக் கூட கொடுக்க ஒன்றும் கிடைக்கவில்லை.''

அப்போதுதான் இரண்டு லாரிகள் நிறைய தானியம் அந்த ஊர் வியாபாரியின் கிடங்கிலிருந்து கிளம்புகிறது. ''உங்களுக்குப் பட்டினியால் செத்துப் போக வெட்கமாக இல்லையா?'' என்று கேட்கிறான் டிரைவர். அவன் எதிரில் லாரிகளில் தானிய மூட்டைகள் நிரப்பப்படுகின்றன.

"உங்களுக்கு எதிரிலேயே தானியத்தை நிரப்புகிறார்களே, உங்களுக்கு ஒன்றுமே செய்யத் தோன்றவில்லையா?"

அவர்கள் எதுவும் செய்வதாயில்லை.

திடீரென்று டிரைவர் ஒரு போலீஸ்காரனைத் தாக்கி அவன் துப்பாக்கியை எடுத்துக்கொண்டு கிளம்பிக் கொண்டிருக்கும் லாரியை நோக்கி ஓடுகிறான். சுடுகிறான். சில போலீஸ்காரர்கள் துரத்துகிறார்கள். கடைசியில் அங்கே வந்த மாரியோ இவனைச் சுடும் போலீஸ்காரர்களைத் தாக்க அவர்கள் இவனை பதிலுக்கு அடித்துப்போட்டு விடுகிறார்கள். இறுதியில் மக்கள் அந்த எருதைக் கொன்று, அதன் மாமிசத்தைப் பங்கிட்டுக் கொள்வதோடு படம் முடிகிறது.

–

Bye Bye Brazil

(ஹபானா திரைப்பட விழாவில் முதல் பரிசு பெற்ற படம்)

இயக்குநர்: *Carlos Diegues.*

தானே இந்த உலகின் மந்திரவாதிகளுக்கெல்லாம் தலைவன் என்று சொல்லிக் கொள்கிற *Lord Cigano;* அவனைச் சார்ந்த 'இந்த உலகத்திலேயே சிறந்த அழகி'யான சலோமி; உலகத்திலேயே மிகவும் வலிமையானவனான அந்தோரினா – இவன் ஒரு செவிட்டு ஊமை – இவர்கள் மூவரும் *'Caravana Rolidie'* என்ற பெயர் தாங்கிய, அலங்காரமான ஒரு லாரியில் ப்ரஸீல் பூராவும் சுற்றி வித்தைகள் காட்டிப் பிழைக்கிறார்கள். வாஸ்தவத்தில் *Lord Cigano* ஒரு சாதாரண நாடோடி வித்தைக்காரன். அவ்வளவுதான். அந்தோரினாவும் ஒரு சாதாரண கறுப்பன்.

இவர்கள் சென்ற ஒரு கிராமத்தில் இவர்கள் மீது கவர்ச்சி கொண்டு, அக்கார்ட்டியன் வாசிக்கும் *Cico* என்பவனும், அவன் மனைவியும் இவர்களோடு சேர்கிறார்கள்.

சமூக மாறுதல்கள், அமெரிக்கர்களின் வருகை போன்ற விஷயங்களெல்லாம் இவர்களின் பிழைப்பில் மண்ணைப் போடுகிறது. போகும் ஊர்களில் வறட்சி. மழை இல்லை. பஞ்சம், பட்டினி – மக்களுக்கு 'மாஜிக் ஷோ' பார்ப்பதில் ஈடுபாடு இருப்பதில்லை. மழைக்காக விவசாயிகள் பிரார்த்தனை செய்கிறார்கள். மலைவாசிகள் தாங்கள் இருந்த காடுகளில் இருந்து வெளியே வந்து கடற்கரை சார்ந்த நகரங்களுக்கு வேலை தேடிச் செல்கிறார்கள்.

பாரம்பரிய கிராமீயக் கலாச்சாரம் மிக வேகமாக அழிந்து கொண்டிருக்கிறது.

கிராமங்களில் ஊர் நடுவே டெலிவிஷன் வைக்கப் படுகிறது. மக்கள் இந்த வினோதத்தை விட்டுவிட்டு 'மாஜிக் ஷோ' பார்க்கத் தயாராக இல்லை. *Lord Cigano*வினால் ஒன்றுமே செய்யமுடியவில்லை. போகும் கிராமங்களில் எல்லாம், தூரத்தில் வரும்போதே இந்த 'மீன்முள்' சாதனம் கண்ணில் பட்டுவிடுகிறது. இந்த 'மீன்முள்' சாதனத்தை அவன் வெறுக்கிறான். ஒரு கிராமத்தில் இவனுடைய பொறுமை எல்லை மீறிப்போய், அவர்கள் அந்த சாதனத்தைப் பார்த்துக் கொண்டிருக்கும் இடத்துக்கே போய் அவர்களை அழைக்கிறான். 'உலகப் பேரழகி' சலோமியைக் காட்டுகிறான். அவர்கள் யாரும் அசைவதாயில்லை. "சரி, இதோ ஒரு மாஜிக் செய்கிறேன் பாருங்கள்" என்று சொல்லி கைகளை டெலிவிஷன் முன்னால் அசைக்கிறான். டெலிவிஷன் எரிந்து போகிறது. *(Cico,* சலோமி இருவருடைய கைவரிசை*)*

அந்த 'மீன்முள்' சாதனத்தின் தொல்லை இல்லாத ஊர்களிலோ மக்கள் பட்டினியால் செத்துக் கொண்டிருந்தார்கள். ஒரு ஊரில் இரண்டு வருடமாக மழை இல்லை. மக்கள் மழை வேண்டி பிரார்த்தனையில் ஈடுபட்டுக் கொண்டிருக்கிறார்கள். மாஜிக் பார்ப்பதற்கெல்லாம் அவர்களுக்கு நேரம் இல்லை. இரவிலும் கூட அவர்கள் தேவாலயங்களிலேயே இருந்தார்கள். சலோமியின் ஆடை அவிழ்ப்பு நடனத்தை ஒரு நாலு பேர்தான் கொட்டாவி விட்டுக்கொண்டே பார்க்கிறார்கள்.

அமேஸானைத்தாண்டிய நெடுஞ்சாலை திறந்து விடப்பட்டிருக்கிறது என்று *Cigano*வுக்கு ஒருத்தன் சொல்கிறான். அப்படியானால் அங்கு நிச்சயம் தொழில் நடக்கும் என்ற நம்பிக்கையில் *Caravano Rolidie* பயணப்படுகிறது.

ப்ரஸீலின் பச்சைக் காடுகளையும் (அமேஸான் காடுகள்), அதன் இயற்கை அழகையும் ஒரு பத்து நிமிடம் பார்த்துக் கொண்டிருக்கிறோம்.

போகும் வழியில் ஒரு கிராமத்துத் தலைவனான இந்தியனையும், அவன் குடும்பத்தாரையும் சந்திக்கிறார்கள். சோகம் கப்பிய முகங்களுடன் அவர்கள் ஏதாவதொரு நகரத்திற்குச் சென்று

வேலை தேடலாம் என்று போய்க் கொண்டிருக்கிறார்கள். அந்தக் குடும்பத்தின் கிழவியின் தோளில் டிரான்சிஸ்டர் தொங்கிக் கொண்டிருக்கிறது. (அவர்களின் நிலம் போய் டிரான்ஸிஸ்டர் வந்திருக்கிறது. இப்படி படம் நெடுகிலும் *Consumer Culture*இன் அவலம் சுட்டப்படுகிறது) அவர்களையும் *Caravana Rolidie* ஏற்றிக் கொள்கிறது.

கடைசியில் ஒரு நகரத்தை வந்தடைகிறது *Caravana Rolidie*. அது இந்திய நகரங்களை ஒத்த ஒரு நகரமாயிருக்கிறது. தொழிற்சாலைகள் வளமையின் அறிகுறியாக இல்லை. மதுக்கடைகளும், இரவு விடுதிகளும், விபச்சாரிகளும், ஏமாற்றுப் பேர்வழிகளுமாக நகரம் இவர்களுக்கு மலைப்பைத் தருகிறது.

எங்கோ ஒரு இடத்தில் அமெரிக்கர்களால் நிறுவப்பட்ட காகிதத் தொழிற்சாலைக்கு ஒருவன் ஆள் எடுத்துக்கொண்டிருக்கிறான். அவன் ஒரு இடைத்தரகன். ஊதியம், வேலை விபரம் எதுவும் சொல்லப்படுவதில்லை. பார்த்த மாத்திரத்தில் ஆள் எடுப்பு நடந்துகொண்டிருக்கிறது. இந்த இந்தியக் குடும்பமும் அவனிடம் வேலைக்குச் சேர்ந்து விடுகிறது.

புதிய நகரத்தில் நம் நாடோடிக் குழுவினருக்கு என்ன செய்வதென்றே புரிவதில்லை.

ஒரு விடுதியில் நடந்த பலப்பரீட்சையில் தோற்றுப்போய் மனமுடைந்து ஓடி விடுகிறான் அந்தோரினா.

சலோமி விபச்சாரத்தில் ஈடுபட்டு பணம் கொண்டு வந்து தருகிறாள்.

ஆனால் அந்தப் பணமும் போதுமானதாயில்லை. *Cico*வின் மனைவியையும் சலோமியுடன் அனுப்பினால்தான் வயிற்றைக் கழுவ முடியும் என்கிற நிலை.

இந்தப் புதிய வாழ்க்கை முறை பிடிக்காமலும், ஆனால் சலோமியின் மீது கொண்டுள்ள காதலாலும் *Cico* வேறொன்றும் சொல்லாமல் சம்மதித்து விடுகிறான். துவக்கத்திலிருந்தே *Cico* சலோமியின் மீது காதல் கொண்டவனாயிருக்கிறான். "நீ உன்னைக் காப்பாற்றிக் கொள்ள வேண்டுமானால் உன் மனைவியுடன் இப்போதே உன் பெற்றோரிடம் திரும்பிப் போய்விடு" என்று சலோமி பலமுறை எச்சரித்தும் அவன் செவி சாய்த்ததில்லை.

தன் மனைவியை விபச்சாரத் தொழிலுக்கு அனுமதித்தும், ஒருவன் தன் கண்ணெதிரே அவளைத் தொடும்பொழுது அதைச் சகிக்கமாட்டாமல் ரகளை செய்து விடுகிறான் *Cico*. எல்லோருக்கும் அவமானத்தைக் கொண்டு வருகிறான். *Cigano, Cico*-வை அடித்து வலுக்கட்டாயமாக அவனையும், அவன் மனைவியையும் அவர்கள் ஊருக்கு அனுப்பி வைத்து விடுகிறான்.

கடைசியில், வேறு வழியின்றி *Cigano* சில அமெரிக்கர்களுடன் கடத்தல் தொழிலில் சேர சம்மதம் தெரிவிக்கிறான். அந்தத் தொழில்தான் அவன் இத்தனை நாட்களாக மறுத்து வந்தது. ஆனாலும் அவனுக்கு வேறு வழியில்லை.

பிரமாதமான வண்ண விளக்குகளால் அலங்கரிக்கப்பட்ட *Caravana Rolidie* மீண்டும் *Cico*வின் ஊருக்கே வந்து சேரும்போது அது அனைவருக்கும் பெரியதொரு பிரமிப்பைத் தருகிறது. *Cigano*வும் மாறியிருக்கிறான். *Caravana*வில் மிகக் குறைந்த ஆடைகள் அணிந்த நாலைந்து பெண்கள் இருக்கிறார்கள். *Cico*வை தன்னுடன் வருமாறு அழைக்க, *Cico* மறுத்துவிடுகிறான்.

ஹபானா திரைப்பட விழாவில் பரிசு பெற்ற இந்தப் படம் மிகவும் குறிப்பிட்டுக் கூறப்பட வேண்டிய ஒன்று. மாறும் மதிப்பீடுகளைப் பற்றி கார்லோஸ் தீகஸ் மிகவும் ஆழமாகவே கவனம் செலுத்தியிருக்கிறார். காலனியச் சுரண்டல் – அதற்கு சலாம் போடும் உள்ளூர் அதிகார வர்க்கம் –நுகர்வோர் கலாச்சாரம் - அதன் அவலம் – கிராமிய, ஆதிவாசி கலாச்சாரத்தின் அழிவு: இதற்கிடையில் ஒரு மூன்றாம் உலக நாட்டு மனிதனின் மாபெரும் பிரச்சினையான உயிர் வாழ்தல் இவ்வளவும் இப்படத்தில் உண்டு.

Three Crowns of a Sailor

இயக்குனர்: *Raul Ruiz*

பாரீஸில் தங்கியிருக்கும் இந்த இயக்குநர் *Jean-Luc Godard, Jacques Rivette* போன்றவர்களின் தரத்தில் வைத்துப் பேசப்படுகிறவர். சமீபத்தில் இவருடைய யூனிட்டில் சேர விரும்பும் இளைஞர்களின் தொல்லை தாங்காமல் தொலைபேசி அட்டவணையிலிருந்து இவர் பெயரை நீக்கிக்கொள்ள வேண்டியிருந்தது. 'கிளாஸிக்' என்று பல திரைப்பட விழாக்களில் புகழப் பெற்ற இந்தப் படம் எனக்கு சுத்தமாகப் புரியவில்லை. ஏதோ ஒரு தீவிரமான தத்துவ விவாதத்தைக் கேட்பது போல் இருந்தது. திடீர் திடீரென்று பாத்திரங்களின் பெயர்களெல்லாம் மாறுகின்றன. ஆனால் நாம் பார்த்துக்கொண்டிருப்பதோ அதே நபரைத்தான். இன்னும் சில முறை இந்தப் படத்தைப் பார்த்தால்தான் இதைப் பற்றி எழுத முடியும் என்று தோன்றுகிறது.

இந்த சந்தர்ப்பத்தில் ப்ரஸீலிய சினிமா பற்றி சில விஷயங்கள். லத்தீன் அமெரிக்காவின் முன்னணித் திரைப்பட நிறுவனங்களுள் ஒன்று *Luiz Carlos @ Lucy Barreto*. லூயிஸ் நவீன சினிமாவுடன் *(Cinema Novo)* தொடர்பு கொண்டவர். *Nelson Perreira dos Santos* இன் *Barren Lives*, க்ளாபர் ரோச்சாவின் *Antonio des Mortes* போன்ற பல முக்கியமான படங்களின் தயாரிப்பாளராக இருந்தவர். இவரும் லூசியும் கணவன் மனைவியர். *1959*இல் இவர் ரோச்சாவுடன் பொலிவியாவுக்குப் போய் *Barravento* என்ற படத்தின் உருவாக்கத்தில் ஈடுபட்டிருக்கிறார். ப்ரஸீல் ஒரு ஆண்டில் நூறு படங்கள் தயாரிக்கிறது.

Dona Flor and her two husbands (1976)

இயக்குநர்: *Bruno Barreto.*

திரையிடப்பட்ட மூன்று நாட்களிலுமே திரையரங்கில் கிட்டத்தட்ட கலவர நிலையை உண்டாக்கிய படம் இது.

மிகவும் ஆடம்பரமான, அலங்காரமான கார்னிவல் ஒன்றுடன் படம் துவங்குகிறது. பல பெண்களுக்கு நடுவில் நடனம் ஆடிக் கொண்டிருந்த ஒருவன் திடீரென்று துவண்டு கீழே விழுந்து விடுகிறான். அவன் இறந்து விட்டது தெரிந்து ஆட்டம் நிறுத்தப்பட்டு அமைதி நிலவுகிறது. அவன் உடலை நண்பர்கள் வீட்டுக்கு எடுத்து வருகிறார்கள். அவனுடைய மனைவி தோனா ஃப்ளார் அழுது அரற்றுகிறாள். அவனோடு தான் வாழ்ந்த இன்ப வாழ்வை எண்ணிப் பார்க்கிறாள்.

பெரும் செல்வந்தனும், இளைஞனுமான அவள் கணவன் ஒரு சூதாடி; குடிகாரன்; பெண் பித்தன். ஆனால் இவ்வளவுக்கும் மேல் தோனாவை மிகவும் நேசித்த ஒருவன். தன் கணவனைப் பற்றி ஊர் முழுதும் கேலி பேசினாலும், அவன் தன் மீது கொண்டிருந்த அதீதமான காதலினாலும், அன்பினாலும் அவள் அவற்றை சகித்துக் கொள்கிறாள். ஒவ்வொரு சண்டைக்குப் பிறகும் ஏற்படும் சமாதானங்களை நினைத்துப் பார்க்கிறாள்.

அவர்களது திருமண தினத்தன்றாவது அவனை வீட்டில் இருக்கவேண்டும் என்று கேட்கிறாள். வழக்கமாக சீட்டாடவும், பெண்களுடன் சல்லாபிக்கவும் போய் விடுவது மாதிரி அவன் போய்விடக்கூடாது; அன்று மட்டுமாவது தன்னுடனேயே இருக்க வேண்டுமென்று விரும்புகிறாள். அவன் இன்று போவதில்லை

என்று உறுதி சொல்லியிருந்தும் எப்படியோ அவளை ஏமாற்றி விட்டுப் போய் விடுகிறான். குடிபோதையுடன் நடுநிசியில் வீடு திரும்பிய அவனை தோனா அடிக்க, அவனோ அவளுடன் காதல் செய்ய ஆரம்பித்து விடுகிறான்.

ஒரு சமயம், நண்பர்களுடன் சீட்டாடிக் கொண்டிருக்கையில் கையிலிருந்தவற்றையெல்லாம் தோற்றுப் போய், பணயம் வைக்க ஏதுமில்லாமல் தன் உடைகளை வைத்து ஆடுகிறான். அவற்றையும் தோற்றுக் கொடுத்து விட்டு, நிர்வாணமாக வீட்டுக்குக் கிளம்ப ஆயத்தமாகும் போது பரிதாபப்பட்டு ஒரு ஓவர்கோட்டைத் தருகிறான் ஒருவன். அதை அணிந்துகொண்டு நிதானமாகவும், சற்றே பெருமையுடனும் அவன் வீட்டுக்குத் திரும்பி வந்து கொண்டிருக்கும் பொழுது தெருவில் நாலைந்து கன்னிகா ஸ்தீரிகள் நடந்து வருகிறார்கள். இவனுடைய தோற்றத்தைப் பார்த்துவிட்டு கிசுகிசுக்கிறார்கள். திரும்பித் திரும்பிப் பார்த்து கைகளையும் காட்டி கிசுகிசுக்கிறார்கள். இவன் திடீரென்று அவர்களைக் கூப்பிடுகிறான். அவர்கள் அனைவரும் ஆச்சரியத்துடன் இவனைப் பார்க்க, இவன் தன் பின்புறத்தை வழித்துக் காண்பிக்கிறான். அவர்கள் அதிர்ச்சியடைந்து கூக்குரலிட்டு ஓடுகிறார்கள். இந்த கலாட்டாவை சிலர் தோனா ஃப்ளாரிடம் ஓடிப் போய் சொல்ல அவள் அவமானம் தாங்காமல், அவன் மேல் மிகுந்த கோபத்துடன், அவனை எதிர்கொள்ள தெருவில் வந்து நின்று கொள்கிறாள். அவமானத்தால் அவள் முகம் சிவக்கிறது. ஆனால் அவனோ அவள் கோபமே கொள்ள இயலாதபடி எதிர்பாராத விதமாக அப்படியே அவளைத் தூக்கிக் கொண்டு வீட்டுக்குள் ஓடி, கதவு திறந்திருக்கும் போதே முற்றத்தில் கிடத்தி அவளுடன் உடலுறவு கொள்கிறான்.

கணவன் இறந்து தனியாக வாழ்வது தோனா ஃப்ளாருக்கு மிகவும் சிரமமாகிக் கொண்டே வருகிறது. தனிமையும், உடல் வேட்கையும் தாங்க முடியாமல் போகிறது. இதற்கிடையில் இவள் மீது பயபக்தியுடன் கூடிய காதல் வைத்திருக்கும் ஒரு நடுத்தர வயது மருத்துவரை அவள் திருமணம் செய்து கொள்வது நல்லது என்று பலரும் அபிப்பிராயப்படுகிறார்கள். கடைசியில் அவளும் சம்மதிக்கிறாள்.

முதலிரவு. இவள் மீது காதல் இருந்தும், பக்தியினால் மருத்துவர் இவளை அன்போடு பேசி தூங்க வைக்க முயல்கிறார். அப்போது அவள் தன் இறந்துபோன கணவன் தன் மீது எத்தனை காதலுடன்

இருந்தான் என்பதை நினைத்து ஏங்குகிறாள். வாழ்க்கை மெதுவாக நகர்ந்து கொண்டிருக்கிறது. மருத்துவரோ அவளைத் தொடுவதற்கே அவளுடைய அனுமதியைக் கேட்பவராயிருக்கிறார்.

நாளுக்கு நாள் அவளுக்கு முதல் கணவனின் நினைவு வந்து துன்புறுத்துகிறது. மனம் நைந்து, முடிவில் அவனுக்காகவே உருகி, அவனை நினைத்து ஏங்கித் தவம் கிடக்க ஆரம்பித்து விடுகிறாள். தனிமையில் அவள் இருக்கும் நேரம் முழுதும் இப்படியே நினைத்து ஏங்கிக் கொண்டிருந்த நாட்களில் திடீரென்று ஒருநாள் அவனே வந்து அவள் பக்கத்தில் நிற்கிறான், நிர்வாணமாக. அவளைக் கொஞ்சுகிறான். கலவி கொள்கிறான்.

மருத்துவர் இல்லாத நேரங்களில் எல்லாம் வருகிறான். எப்போதும் நிர்வாணமாகவே வருகிறான். இவளைத் தவிர வேறு யாரும் அவனைப் பார்க்க முடிவதில்லை.[5]

ஒருநாள் தோனா ஃப்ளார் மருத்துவருடன் படுக்கையறையில் இருக்கும் போது – அந்த மருத்துவர் தங்கள் இருவர் உடம்பையும் முழுக்க முழுக்க மறைத்துக்கொண்டு உடலுறவு கொள்ளும் பொழுது திடீரென்று ஒரு விசில் சத்தம் (இவளுக்கு மட்டும்) கேட்கிறது. என்னவென்று பார்க்கிறாள். பீரோவின் மீது அந்த ராஸ்கல் நிர்வாணமாக உட்கார்ந்து கொண்டு மருத்துவரைப் பார்த்து சேஷ்டைகள் செய்து நக்கலாக சீட்டி அடித்துக் கொண்டிருக்கிறான்.

இப்படி அவன் வருவது நாளுக்கு நாள் அதிகரித்து அவளுக்கு அது ஒரு தொல்லையாகப் போக, கடைசியில் அவள் ஒரு மந்திரவாதியிடம் போய் தன் கஷ்டத்தைச் சொல்கிறாள். அவனும் பூஜை செய்து விரட்டி விடலாம் என்று சொல்லி ஒரு நாள் பூஜைக்கு ஏற்பாடு செய்கிறான். ஆனால் பூஜையின் போது அவன் அவளை விட்டு விலகிப் போவது அவள் கண்களுக்குத் தெரியும் என்றும்,

---

5 *Dona Flor and Her Two Husbands* என்ற இந்தப் படம் *Jorge Amado* என்ற ப்ரஸீலின் புகழ் பெற்ற எழுத்தாளரின் இதே பெயரிலான நாவலைத் தழுவியது. ப்ரஸீலில் உள்ள ஒரு நகரமே *'Amadoville'* என்று ஹோர்ஹே அமாதோவின் பெயரில் அழைக்கப்படுகிறது. லத்தீன் அமெரிக்க இலக்கியங்களும், ஏனைய கலைகளும் நமது இலக்கியத்தோடும் கலைகளோடும் மிகவும் ஒத்த தன்மைகளைக் கொண்டிருக்கின்றன.
'மக்காரியோ' என்ற மெக்ஸிகன் திரைப்படம் ஒன்றில் கூட இந்த மாஜிகல் ரியலிஸத் தன்மையைக் காண முடிந்தது.

அவள் அவனைக் கூப்பிடவே கூடாதென்றும், அப்படிக் கூப்பிட்டு விட்டால் பின்னால் வாழ்நாள் பூராவும் அவளைப் பிரியவே மட்டான் என்றும் சொல்கிறான். பூஜை நடக்கிறது. பூஜையின் வேகம் அதிகரிக்க அதிகரிக்க அவன் விலக ஆரம்பிக்கிறான். அவன் பார்வை இவளைப் பார்த்து கெஞ்சுகிறது. கடைசிக் கட்டத்தில் அவன் விலகி மறையும் தருணத்தில் அவன் பிரிவை ஆற்ற மாட்டாமல் – கண் முன்னால் சம்பவிக்கப் போகும் அவனுடைய இரண்டாவது மரணத்தைத் தடுக்கும் வேகத்துடன் தோனா அவனைக் கூப்பிட்டு விடுகிறாள்.

இதற்கடுத்து படத்தின் இறுதிக் காட்சி. தன் வலப்பக்கத்தில் மருத்துவரும், இடப்பக்கத்தில் நிர்வாணமாக முதல் கணவனுமாக தோனா ஃப்ளார் தேவாலயத்துக்குப் போவதை கேமரா அசைவின்றி அவர்கள் நம் பார்வையிலிருந்து மறையும் வரை காட்டுகிறது.

எல் சால்வதோர்

EL Salvador: Another Vietnam (1981)

&

EL Salvador: The Decision to Win (1981)

மேற்கண்ட இரண்டு படங்களும் *Tete Vasoncelles*இன் தலைமையின் கீழ் *Glenn Silber* என்ற அமெரிக்க இளைஞரும், *Cero a la Izquierda* (பூஜ்யத்துக்கு இடது பக்கம்) என்ற குழுவினரும் சேர்ந்து படமாக்கியவை. இரண்டும் ஆவணப் படங்களாக இருந்தும், முழுநீள அரசியல் படங்களாக உருவாக்கப்பட்டிருந்தன. சால்வதோரில் நடந்து கொண்டிருக்கும் வரலாற்று முக்கியத்துவம் பெற்றநிகழ்ச்சிகள்அப்படிஅப்படியேபடமாக்கப்பட்டிருக்கின்றன.

கம்யூனிசத்தை எதிர்க்கிறோம் என்ற பெயரில் அமெரிக்கா சால்வதோரில் செய்யும் அட்டூழியங்கள் –

சால்வதோரின் காட்டுமிராண்டித்தனமான ராணுவ ஆட்சிக்கு அமெரிக்கா செய்யும் ராணுவ மற்றும் பொருளாதார உதவிகள் – *Farabundo Marti Front For National Liberation (FMLN)* என்ற பெயர் கொண்ட மக்கள் விடுதலைப் போராட்ட முன்னணியினரும், விவசாயிகளும், மாணவர்களும் திட்டமிட்டுக் கொல்லப்படும் நிகழ்ச்சிகள் –

மத குருமார்களும், கன்னிகா ஸ்திரீகளும் படுகொலை செய்யப்படுதல் –

விவசாயிகளும், மாணவர்களும், பெண்களும் தெருவில் நின்று போர் புரியும் காட்சிகள் –

அனைத்தும் உயிரைப் பணயம் வைத்துப் படமாக்கப் பட்டிருக்கின்றன.

அமெரிக்க அதிகாரிகளின் பேச்சு, அமெரிக்காவை மட்டுமே நம்பி ஆட்சி நடத்தும் மந்திரிகளின் பேச்சு – இவை ஒரு

பக்கமும்; FMLN போராளிகள், கெரில்லா வீரர்கள், பெண்கள், மாணவர்கள் – இவர்களின் பேட்டிகளும் அடுத்தடுத்து நம்முன் வைக்கப்படுகின்றன. இந்தப் பேச்சுக்களிலிருந்து கூபாவிலிருந்துதான் புரட்சி சால்வதோரின் மீது திணிக்கப்படுகிறது என்பது அமெரிக்காவின் ஒரு திட்டமிட்ட பொய் என்று தெரிகிறது.

ஒரு பேட்டியாளர் சால்வதோரின் அதிபரான நெப்போலியன் துவார்த்தேயிடம் (Napoleun Duarte) அரசின் அடக்குமுறை பற்றிக் கேட்கிறார். துவார்த்தேயோ அமைதி பற்றி விரிவான பதில் ஒன்றைக் கூறுகிறார். தான் இயற்றியுள்ள நிலச்சீர்திருத்தச் சட்டங்களைப் பற்றி விளக்குகிறார். இங்கு கேமரா அவருடைய முகத்தை மட்டுமே நெருக்கத்தில் காட்டுகிறது. அடுத்து, கேமரா இன்னும் நெருங்கி அவருடைய கண்களை மட்டுமே காட்டுகிறது.

உடனே அடுத்ததாக ராணுவத்தினர் தெருவில் ஒரு சிறுவனை அடித்துக் கொல்லும் காட்சி காட்டப்படுகிறது. இதையடுத்து பச்சைப் பசேல் என்று நம் கேரளாவை ஒத்த நிலப்பரப்பை ஒரு சில கணங்கள் காட்டிச் செல்கிறது கேமரா.

அடுத்த காட்சியில் விவசாயிகள் படுகொலை... துவார்த்தேயின் நிலச்சீர்திருத்தச் சட்டங்கள் இந்த அளவிலேயே செயல்படுத்தப் படுகின்றன.

ராணுவ மந்திரியின் பேட்டியில் அவர் சொல்கிறார்: "அரசாங்கம் வன்முறையை விரும்பவில்லை. மக்கள் வன்முறையை விரும்பவில்லை. ஆக, யார் வன்முறையை விரும்புகிறார்கள்? அரசாங்கத்தின் எதிரிகளும், ராணுவத்தின் எதிரிகளும், மக்களின் எதிரிகளும்தான்."

ஆனால் உண்மையில் சால்வதோரை ஆட்சி செலுத்துவது அமெரிக்காவின் ராணுவ மற்றும் பொருளாதார உதவியை மட்டுமே நம்பியிருக்கும் ஒரு சிறு கும்பல்தான். நாட்டின் அறுபது சதவிகித நிலம் இந்த பத்து, பதினைந்து ஆட்களுடைய குடும்பங்களின் கையில்தான் இருக்கிறது. அந்த பத்து, பதினைந்து குடும்பங்கள்தான் தங்கள் சுயநலனுக்காக, கம்யூனிசத்தை எதிர்க்கிறோம் என்ற பெயரில் அமெரிக்கா செய்யும் அட்டூழியங்களுக்குத் துணை போய்க்கொண்டிருக்கின்றன.

மக்கள் எழுச்சியும், மக்கள் போராட்டங்களும், அமெரிக்க ராணுவ உதவியுடன் நடத்தப்படும் எதிர்ப்புரட்சிப் படுகொலைகளும் மிகுந்த அபாயத்துக்கிடையில் படமாக்கப்பட்டிருக்கின்றன. ஒரு கிராமத்தைச் சூழ்ந்து கொண்ட ராணுவம் நிராயுதபாணியான மக்களை சுட்டுக் கொல்வதன் மூலம் மக்களிடையே ஒருவித பீதி உணர்வை உண்டாக்க முயல்கிறது. ஆனாலும்

இவையெல்லாம் வெற்றிகரமாக எதிர்கொள்ளப்பட்டு சில இடங்கள் விடுதலையடைந்த பகுதிகளாக அறிவிக்கப்படுகின்றன. அங்கெல்லாம் வழக்கமான அன்றாட வாழ்க்கை நடந்துகொண்டிருக்கிறது. பால் பண்ணைகள் மிக ஒழுங்காக நிர்வகிக்கப்பட்டு அனைவருக்கும் பால் விநியோகம் செய்யப்படுகிறது; குண்டுகளுக்கும் துப்பாக்கிச் சத்தங்களுக்கும் இடையிலும் திருமணங்கள் நடத்தப்படுகின்றன; கரும்பு உருக்கும் வேலை துரிதகதியில் நடைபெறுகிறது. 'உற்பத்தித் தளங்கள்' *(Production Camps)* என்று அழைக்கப்படும் இவையும், இதற்கான செயல்பாடுகளும் புரட்சியின் ஒரு அங்கமாகவே அனைவராலும் புரிந்து கொள்ளப்படுகிறது.

FMLN போராளிகளுள் மருத்துவர்களாயிருப்பவர்கள் அந்தந்த கிராம மக்களுக்கு மருத்துவம் பார்க்கிறார்கள்; சிறுவர்களுக்கும் இளைஞர்களுக்கும் கல்விப் பயிற்சி அளிக்கப்படுகிறது – ஒரு வகுப்பறைக் காட்சி சற்று விரிவாகவே படமாக்கப் பட்டிருக்கிறது... வகுப்பு முடிந்ததும் மாணவர்கள் தத்தம் பக்கத்தில் வைத்திருக்கும் தங்கள் துப்பாக்கிகளை எடுத்துக்கொண்டு செல்கிறார்கள். ஒரு சிலர் கால் பந்தாட்டம் ஆடிக் கொண்டிருக்கிறார்கள். திடீரென்று மேலே ஹெலிகாப்டர் சத்தம் கேட்க, உடனே ஆட்டம் நிறுத்தப்படுகிறது. விளையாடிக் கொண்டிருந்தவர்கள் தத்தம் துப்பாக்கிகளை எடுத்துக் கொண்டு பதுங்கிக் கொள்கிறார்கள். ஹெலிகாப்டர் சென்று மறைந்ததும் மீண்டும் ஆட்டம் பழையபடி தொடர்கிறது; *Radio Venceremos* என்ற தற்காலிக வானொலி நிலையம் துவக்கப்பட்டு நிகழ்ச்சிகள் ஒலிபரப்பப் படுகின்றன; நிகாராகுவாவில் தங்கள் தோழர்களான சாந்தினிஸ்த்தாக்களின் வெற்றியை ஊர்வலமாகச் சென்றுகொண்டாடுகிறார்கள். இடதுசாரிகளின் மீது அனுதாபம் கொண்ட ரொமரோ *(Romero)* என்ற புகழ்பெற்ற பாதிரியாரின் பேட்டி தரப்படுகிறது.

மற்றொரு பேட்டியில் ஒரு *FMLN* போராட்ட வீரர் கூறுகிறார்: "இந்த உலகமே எங்களை கவனித்துக் கொண்டிருப்பது எங்களுக்குத் தெரியும். ஆனால் எங்களுக்கு அவர்களின் இரக்கம் தேவையில்லையென்று அவர்கள் தெரிந்து கொள்ளட்டும். ஏனென்றால் இறுதி வெற்றி எங்களுக்குத் தான் என்பது எங்களுக்குத் தெரியும்."

இறுதியாக சால்வதோரில் அமெரிக்க அட்டூழியத்தை எதிர்த்து அமெரிக்காவில் நடக்கும் ஓர் எதிர்ப்பு ஊர்வலத்துடன் படம் முடிகிறது.

நிகாராகுவா

Nicaragua : No Pesaran

(They will not pass)

Dir: David Bradbury

கலிஃபோர்னியாவைச் சேர்ந்த வில்லியம் வாக்கர் (William Walker) என்பவன் நிகாராகுவாவின் அதிபராக இருந்த Patricio Rivasஐத் தோற்கடித்து விட்டு 1858இல் சட்டத்திற்குப் புறம்பாக ஆட்சியைக் கைப்பற்றினான். உடனேஅப்போதையஅமெரிக்கஅதிபராகஇருந்த Franklin Pierce வாக்கரின்ஆட்சியை அங்கீகரித்தார். அடிமைமுறைக்கு வாக்கர் ஒரு தீவிர ஆதரவாளன் என்பதால் உடனே அடிமைமுறை முன்பிருந்தவாறு திரும்பவும் அறிமுகம் செய்யப்பட்டது. இதை எதிர்த்த மத்திய அமெரிக்க நாடுகள் தங்கள் துருப்புகளை நிகாராகுவாவிற்கு அனுப்பின. வாக்கர் தோல்வியடைந்தான். நியூயார்க் நகரத்திற்குத் தப்பியோடினான். நான்கு ஆண்டுகள் கழித்து மீண்டும் அவன் மத்திய அமெரிக்காவுக்கு வந்து ஆட்சியைக் கைப்பற்ற முனைந்தபோது சுட்டுக் கொல்லப்பட்டான். இதிலிருந்து தொடங்கி அமெரிக்காவின் பொம்மை அரசாங்கமே மாற்றி மாற்றி நாட்டைச் சுரண்டிக் கொண்டிருந்தது. ஒவ்வொரு மக்கள் எழுச்சியும் அமெரிக்க ராணுவத்தினால் ஒடுக்கப்பட்டது. காப்பியும் பருத்தியும் ஏகமாய் விளையும் இந்த பூமியில் லாபத்தை அமெரிக்கா மட்டுமே சுருட்டிக்கொள்ளும் விதமாக 1877இல் ஒரு சட்டம் இயற்றப்பட்டது. இச்சட்டத்திற்கெதிராக வெவ்வேறு இந்திய இனங்களும் கிளர்ந்தெழுந்தன. 1881இல் வன்முறையின் மூலம் இக்கிளர்ச்சிகள் ஒடுக்கப்பட்டன.

1893இல் அமெரிக்க எதிர்ப்பாளரான ஜெனரல் ஹோஸே சாந்தோஸ் ஸெலாயா என்பவர் பதவிக்கு வந்தார். பதினாறு ஆண்டுகள் இவரது சர்வாதிகாரம் நீடித்தது.

1909இல் நாடு மீண்டும் அமெரிக்க நிர்வாகத்தின் கீழ் வந்தது. தொடர்ந்து 1912இல் எழுந்த மக்கள் கிளர்ச்சி அமெரிக்க ராணுவத்தின் துருப்புகளால் ஒடுக்கப்பட்டது. தொடர்ந்து தேர்தல் என்ற கேலிக்கூத்து ஒன்று நடத்தப்பட்டது. (நாட்டின் இரண்டாவது பெரிய நகரமான லியோனில் எண்பது பேர் மட்டுமே வாக்களிக்க அனுமதிக்கப்பட்டனர். அப்போதைய ஜனத்தொகையான எட்டு லட்சத்தில் அமெரிக்காவின் பொம்மை ஆட்சியாளனான Adolfo Diaz நான்காயிரம் வாக்குகள் பெற்று பதவிக்கு வந்தான்! அமெரிக்க வங்கிகளை நிகாராகுவாவின் செல்வத்தினால் நிரப்புவதில் கண்ணுங்கருத்துமாயிருந்த பொம்மை அதிபர்களையே அமெரிக்கா ஆதரித்து வந்தது.)

அடுத்த கால கட்டம் நிகாராகுவாவின் அரசியல் வரலாற்றில் மிகவும் முக்கியத்துவம் வாய்ந்த ஒன்று. 1925இல் அமெரிக்க ராணுவம் தனது துருப்புகளைத் திரும்ப அழைத்துக்கொண்ட பிறகு புதிய தேர்தல்கள் நடத்தப்பட்டன. 'கன்ஸர்வேடிவ்' மற்றும் 'லிபரல்'களுக்கிடையில் உடன்பாடு ஏற்பட்டு கன்சர்வேடிவைச் சேர்ந்த Carlos Jose Solorzano அதிபரானார். ஆனால் இரண்டு மாதங்களிலேயே நிகழ்ந்த ஆட்சிக் கவிழ்ப்பின் மூலம் மற்றொரு கன்ஸர்வேடிவ் ஜெனரல் எமிலியானோ சொமோர்ரோ (Emiliano Chomorro) பதவிக்கு வந்தார். அதைத் தொடர்ந்து ஏற்பட்ட உள்நாட்டுப் போரின் விளைவாக திரும்பவும் அமெரிக்கத் துருப்புகள் நிகாராகுவா வந்து சேர்ந்தன. அமெரிக்க ஆதரவாளன் Adolfo Diazக்கும், உள்நாட்டு ஆதரவைப் பெற்ற ஜெனரல் ஹோஸே மாரியா மான்காதாவுக்கும் நிகழ்ந்த இந்தப் போரில் இறுதியாக ஒரு உடன்பாடு ஏற்பட்டது. அரசுத் துருப்புக்கள் தமது ஆயுதங்களை அமெரிக்காவிடம் ஒப்படைத்து விட வேண்டும்; பதிலாக 'லிபரல்' தலைவர்களுக்கு முக்கிய அரசாங்கப் பதவிகள் தரப்படும்; ஜெனரல் மான்காதாவை 1928 தேர்தலில் அமெரிக்கா ஆதரிக்கும் என்பவை அவ்வுடன்படிக்கையின் முக்கிய ஷரத்துக்களாயிருந்தன.

1927 மே எட்டாம் தேதி எல்லா 'லிபரல்' அதிகாரிகளும் சரணடைய ஒப்புக்கொண்டனர், ஒரே ஒருவரைத் தவிர. மான்காதா ஒரு துரோகி

என்றார் அவர். நம் நாட்டை எதிரியிடம் கொடுத்து உடன்படிக்கை செய்து கொள்ள மான்காதாவுக்கு அதிகாரமளித்தது யார் என்று கேட்டார் அவர்.

Augusto Cesar Sandino ஒரு பணக்கார நிலப்பிரபுவுக்கும் அவருக்குக் கீழ் வேலை பார்த்த ஒரு இந்தியக் கூலிப் பெண்ணுக்கும் *18-5-1898* அன்று பிறந்தவர். சாந்தினோவுக்கு பதினோரு வயதாகும் வரை அவரது தந்தை அவரை ஏற்றுக் கொள்ளவில்லை. அதுவரை அவர் பண்ணைக் கூலிகளுடனேயே வாழ்ந்தார். வறுமையைவிட, தன் தந்தையின் மற்ற குழந்தைகளிலிருந்து வேறுபட்டு தனக்கு மட்டும் கிடைத்த அநீதியே அவரால் தாங்க முடியாததாக இருந்தது. பதினோரு வயதில் பள்ளிக்கு அனுப்பப்பட்டார். ஆனாலும் மாற்றாந் தாய்க் கொடுமை அவரால் சகிக்க முடியாதிருந்தது. அவரது இருபத்தோராவது வயதில் – ஒரு ஞாயிற்றுக் கிழமை பிரார்த்தனையின் போது சாந்தினோ அவமானப்படுத்தப்பட்ட போது, அவமானப்படுத்தியவனை அங்கேயே தொடையில் சுட்டார். இதன் விளைவாக அவர் நாட்டை விட்டு வெளியேற வேண்டியிருந்தது. ஹோந்துராஸில் மெக்கானிக்காகவும், கௌதமாலாவில் தோட்டத் தொழிலாளியாகவும், பின் *1923*இல் மெக்ஸிகோவில் திரும்பவும் மெக்கானிக்காகவும் வேலை செய்தார். அங்குதான் அவர் அரசியல் உணர்வும், அமெரிக்க எதிர்ப்புணர்வும் பெற்றார். *1926*இல் நிகாராகுவா திரும்பிய சாந்தினோ சமோரோவுக்கு *(Chomorro)* எதிரான 'லிபரல்'களின் எழுச்சியில் கலந்து கொண்டார். கொஞ்சங் கொஞ்சமாக தனக்கென்று ஒரு போர்வீரர் கூட்டத்தைச் சேர்த்துக்கொண்டார். மான்காதா சரணடைந்த சமயத்தில் சாந்தினோவிடம் நன்கு பயிற்சி பெற்ற முன்னூறு போர்வீரர்கள் இருந்தார்கள். "கடைசி அமெரிக்க சிப்பாய் வெளியேறும் வரை போரிடுவதை நிறுத்த மாட்டேன்" என்று அறிவித்தார். மக்களிடம் மாபெரும் செல்வாக்கைப் பெற்றார். முழுக்க முழுக்க கெரில்லா போர் முறையைக் கையாண்டார். நாட்டின் சில இடங்கள் விடுதலை செய்யப்பட்டு சாந்தினோவின் கீழ் வந்தன. அப்பகுதிகளில் நிலச்சீர்திருத்தங்கள் செய்யப்பட்டன. "தொழிலாளர்களும் விவசாயிகளுமே இறுதிவரை செல்லக் கூடியவர்கள். அவர்களுடைய ஒருங்கிணைந்த சக்தியினால் மட்டுமே வெற்றி கிட்டும்" என்று சொன்னார் சாந்தினோ.

சாந்தினோவுக்கு ஹென்றி பார்புஸ்ஸே ஜூலை *1928*இல் எழுதிய ஒரு கடிதத்தில் பின்வருமறு குறிப்பிட்டார்:

"General, I salute you on my own behalf and on behalf of the proletariat and revolutionany intelligent sia of France and Europe... In your person we salute the liberator, a fine soldier and fighter for the cause of the Free men, head the gathering struggle and the entire Continent. Yours is a historically immemorable role!"

*1928*இல் வெற்றி பெற்ற கோமின்டாங் துருப்புக்கள் பீகிங் நகரத்தில் நுழையும் போது சாந்தினோவின் படத்தை முன்னணியில் தாங்கியிருந்தன.

இப்படி உலகமெங்கும் சாந்தினோவின் செல்வாக்கு பரவியது. தனது துருப்புகளை *1932*இல் அதிபர் தேர்தலுக்குப் பிறகு விலக்கிக் கொள்வதாக *1931*இல் அமெரிக்கா அறிவித்தது.

இதற்கிடையில் சாந்தினிஸ்துகளுக்குள் கம்யூனிசச் சார்பு, கம்யூனிச எதிர்ப்பு என்று இருவித போக்குகள் எழுந்தன. *Communist International* சாந்தினோவை குட்டி பூர்ஷ்வா என்றும், *6000* டாலர் கொடுத்தால் போரை நிறுத்திவிடத் தயாராயிருக்கிறார் சாந்தினோ என்றும் எழுதி புழுதியை வாரி வீசியது.

ஏனைய கட்சிகளின், குறிப்பாக கம்யூனிஸ்டுகளின் ஆதரவை இழந்த சாந்தினோ, இறுதியில், அமெரிக்கத் துருப்புகள் வெளியேறி *Sacasa* அதிபர் போரை நிறுத்திக் கொள்வதாக அறிவித்தார். இதற்கு பதிலாக சாந்தினோ கேட்டது எந்தப் பதவியையும் அல்ல; மாறாக, தான் உருவாக்கிய விவசாயக் கூட்டுப் பண்ணைகள் தொடர்ந்து இருந்து வர வேண்டும் என்பதே. *Sacasa*வும் இவ்விஷயங்களில் சாந்தினோவுக்கு உறுதிமொழி தந்தார்.

1933 ஜனவரியில் அமெரிக்க ராணுவம் சொமோஸா என்பவனை அரசாங்கத்தின் தேசியப் படைக்குத் *(National Guard)* தலைவனாக்கியது. ஃபெப்ருவரியில் கெரில்லா வீரர்களுக்கும், தேசியப் படையினருக்கும் இடையில் பேச்சு வார்த்தைகள் நடத்த ஏதுவாக போர் நிறுத்த ஒப்பந்தம் ஏற்பட்டது. இந்த ஒப்பந்தத்திற்குப் பிறகு நிகாராகுவாவின் தலைநகரான மனாகுவாவின் அதிபர் மாளிகையில் சாந்தினோ ஒரு விருந்திற்கு அழைக்கப்பட்டார்.

அங்கு அவர் தேசியப் படையினரால் தந்திரமாக வளைக்கப்பட்டு சுட்டுக் கொல்லப்பட்டார்.

தூக்குத் தண்டனை பெற்று இறந்து போன ஒரு வழிப்பறிக் கொள்ளைக்காரனான *Barnabe Somoza*வின் பேரனான, *Tacho* ஒரு சமயம் பண மோசடி செய்து ஒரு பெரும் சிக்கலில் மாட்டிக்கொண்டவன். ஆனாலும் நிகாராகுவாவின் செல்வாக்கு பெற்ற குடும்பம் ஒன்றில் மணம் செய்து கொண்டதால் குறிப்பிடத்தகுந்த புள்ளிகளுள் ஒருவனானான். அமெரிக்காவின் உதவி இருந்தால்தான் நாட்டைப் பிடிக்க முடியும் என்பதை முதலிலேயே அறிந்து அமெரிக்க அதிகாரிகளுடன் நல்லுறவை வளர்த்துக்கொண்டான். இதன் காரணமாகவே இவனால் *1933*இல் அமெரிக்கத் துருப்புக்கள் வெளியேறிய போது தேசியப் படையின் உதவியைக் கொண்டு *Sacasa* ராஜினாமா செய்வதற்கு அவரைக் கட்டாயப் படுத்தினான். தொடர்ந்து *1936*இல் தன்னைத் தானே அதிபராக நியமித்துக் கொண்டான். இருபது ஆண்டுகளில் மத்திய அமெரிக்காவின் மாபெரும் செல்வந்தன் என்ற நிலையை அடைந்தான். *21-9-56* அன்று *Rigoberto Lopez Perez* என்ற கவிஞனால் சுட்டுக் கொல்லப்பட்டான். [6] பிறகு அவனுடைய மகன் *Luis Somoza Dabayle* இடைக்கால அதிபரானான். அவனுக்கு இளையவனான *Anastasio II* தேசியப் படையில் தலைவனானான். இரண்டு சகோதரர்களாலும் அடக்குமுறை கட்டவிழ்த்து விடப்பட்டது. பிறகு 'முறையாக' லூயிஸ் அதிபராகத் தேர்ந்தெடுக்கப்பட்டான். அவன் *1967*இல் இறந்த பிறகு *Anastasio II 'Tachito' Somoza* நிகாராகுவாவின் அதிபரானான்.

---

6. *Rigoberto Loez Perez:* நிகாராகுவாவைச் சேர்ந்த கவிஞர். பிறப்பு: *1929*. நிகாராகுவாவில் *1979*ஆம் ஆண்டு சாந்தினிஸ்த்தா புரட்சியால் தூக்கியெறியப்பட்ட சொமோஸாவின் தந்தையான சொமோஸா கார்ஸியாவைக் *(Anastasio Somozo Garcia)* கொன்றவர். சொமோஸா கார்ஸியா மீண்டும் தேர்ந்தெடுக்கப்பட்டால் அவனைக் கொல்லுவேன் என்று அறிவித்து, *21.9.1956* அன்று அவன் அதிபராக மீண்டும் தேர்ந்தெடுக்கப்பட்டபோது (லியோன் என்ற நகரத்தில் மட்டும் வாக்களிப்பில் பங்கு கொண்ட மொத்த வாக்காளர் எண்ணிக்கை: *96*) லோபஸ் பெரஸ் என்ற *27* வயதுக் கவிஞன் தான் அறிவித்ததை நடைமுறைப்படுத்தினான். பின் கைது செய்யப்பட்டு மரண தண்டனை விதிக்கப்பட்டான். தான் சாவதற்கு முன் அவன் தன் அன்னைக்கு எழுதிய கவிதை மடலின் ஆங்கில மொழிபெயர்ப்பே *Letter – Testament.* இது இந்தக் கட்டுரையில் இறுதில் தரப்பட்டுள்ளது.

இப்படியாகத் தொடர்ந்த சொமோஸாவின் பரம்பரை ஆட்சியில் சொமோஸாவின் குடும்பம் அந்த நாட்டையே தனது குடும்பச் சொத்தாக மாற்றிக்கொண்டுவிட்டது. உதாரணமாக, நிகாராகுவாவின் Lanica Airlines, தேசிய வங்கி இரண்டுமே சொமோஸாவுக்குச் சொந்தமானவையாக இருந்தன. மேலும் அந்த நாட்டின் ஐம்பது காப்பித் தோட்டங்கள், ஐம்பது மாட்டுப் பண்ணைகள், கணக்கற்ற கரும்புத் தோட்டங்கள், ஆலைகள், தேயிலை மற்றும் பருத்தித் தோட்டங்கள், மனாகுவாவிலிருக்கும் நட்சத்திர ஹோட்டலான Hotel Intercontinental, மனாகுவாவில் கிட்டத்தட்ட ஐந்தாறு வீடுகள், ரெஸ்டாரண்டுகள் எல்லாம் சொமோஸாவின் தனிப்பட்ட குடும்பச் சொத்துக்களாயிருந்தன. இவை தவிர நாட்டின் மின்சக்தி நிலையம், தொலைக்காட்சி நிலையம் மற்றும் வானொலி நிலையங்கள் ஒரு தினசரி அனைத்தும் அவனுடைய குடும்பச் சொத்துகளில் அடங்கும்.

23-12-1972 அன்று மனாகுவாவில் ஒரு பயங்கரமான பூகம்பம் ஏற்பட்டது. பத்தாயிரம் பேர் உயிரிழந்தனர். ஐம்பதாயிரம் பேர் காயமுற்றார்கள். இரண்டு லட்சம் பேர் வீடு இழந்தனர். அனஸ்தாஸியோ சொமோஸா மீட்புக் குழுவின் தலைவனாக இருந்தான். அறுபது கோடி டாலர் வெளி நாடுகளிலிருந்து உதவிப் பணமாகக் கிடைத்தது. அத்தொகையை சொமோஸா தன் சுவிஸ் வங்கிக் கணக்கில் போட்டுக்கொண்டான். இச்செய்தி உலகப் பத்திரிகைகள் பலவற்றிலும் வெளியானது. கடுமையாக கண்டிக்கப்பட்டது.

1979இன் புள்ளி விபரப்படி 2000 சதுர கி.மீ. விளைநிலம் சொமோஸா குடும்பத்திற்குச் சொந்தமாயிருந்தது.

ஒரு அமெரிக்கத் தொலைக்காட்சிப் பேட்டியில் பேட்டியாளர் “உங்கள் சொத்து மதிப்பு பல கோடி டாலர்கள் என்பது உண்மையா?” என்று சொமோஸாவிடம் கேட்டார். சொமோஸா அமைதியாக “அது பொய், என்னிடம் பத்து கோடி டாலருக்கு மேல் இல்லை” என்று பதிலிறுத்தான்.

“நாட்டிலுள்ள ஒரே விமானப் போக்குவரத்து கம்பெனி உங்களுக்குச் சொந்தமானதா?”

“ஆமாம்.”

"பிரம்மாண்டமான கப்பல் நிறுவனம்?"

"ஆமாம், என்னுடையதுதான்."

"துறைமுகமும் உங்களுடையது தானே?"

"ஆமாம், அதை நான்தான் கட்டினேன்."

"நிகாராகுவாவிற்கு மெர்ஸிடஸ் டிரக்குகள் சப்ளை செய்வது நீங்கள் தானே?"

"ஆமாம்."

"அந்த டிரக்குகள் தேசியப் படையினருக்குத் தானே?"

"ஆமாம். எல்லாம் அல்ல. பெரும்பாலானவை."

"நாட்டின் முக்கியமான தொலைக்காட்சி நிலையம் உங்களுடையது தானே?"

"ஆமாம்."

"செய்தித்தாள்கள்?"

"ஆமாம், அதுவும்தான்."

"நிகாராகுவாவின் மிகப் பெரிய ஹோட்டல்?"

"நான் அதில் வெறும் பங்குதாரர் தான்."

"ஆனால் நிர்வாகம் எல்லாம் உங்கள் கையில் தானே?"

"ஆமாம்."

"பல்லாயிரக்கணக்கானஏக்கர்நிலம்உங்களுக்குஇருக்கிறதல்லவா?"

"ஆமாம்."

"வங்கிகள், காப்பீட்டு நிறுவனங்கள், கட்டிடம் கட்டும் பொருட்கள், சிமெண்ட் தொழிற்சாலைகள், பிரம்மாண்டமான மாட்டுப் பண்ணைகள் – இவைகள் எல்லாம் உங்களுடையது தானே?"

இம்மாதிரி பதில்களையெல்லாம் சற்றும் எதிர்பாராத டி.வி. பேட்டியாளர் தன்னிலை இழக்க ஆரம்பித்து விட்டதை ரசித்துக் கொண்டே "எல்லாம் உண்மைதான்" என்று மிகவும் அமைதியாகச் சொன்னான் சொமோஸா.

"உங்கள் நாட்டில்... எல்லாமே உங்களுக்குச் சொந்தமாயிருக்கிற இடத்தில் ஒரு பிச்சைக்காரனைப் பார்க்கும் போது நீங்கள் என்ன நினைப்பீர்கள்?"

"இன்னும் பணக்காரனாக வேண்டும் என்று நினைப்பேன்."

அமெரிக்க நண்பருக்கு இந்தப் பதிலைக் கேட்டதும் அதிர்ச்சி தாங்க முடியவில்லை.

"எனக்குப் புரியவில்லையே?"

"ரொம்பவும் சுலபம். நான் பணக்காரனாக ஆகத்தான் என் மக்களின் நிலை உயரும். என் வியாபாரம் அதிகரிக்க அதிகரிக்க நிறைய பேருக்கு வேலை வாய்ப்புக் கிடைக்கும். இப்படியாகத் தான்..."

பேட்டி இத்துடன் முடிவடைந்து விடுகிறது. அநேகமாக இதற்குமேல் பேட்டியாளர் பேசும் சக்தியை இழந்திருக்கலாம்!

கூபப் புரட்சிக்குப் பிறகு நிகாராகுவாவில் பல மக்கள் போராட்டங்கள் முன்பை விட தீவிரத்தன்மை கொண்டு எழுந்தன.

1962இல் கார்லோஸ் ஃபொன்ஸேகா அமாதோர், சில்வியோ மயோர்கா, தாமஸ் போர்ஹே என்ற மூவர் FSLN என்ற (Frente Sandinista de Liberacion Nacional) இயக்கத்தை ஏற்படுத்தினர். கார்லோஸ் லத்தீன் அமெரிக்கக் கம்யூனிசத்தின் போக்கு பிடிக்காமல் 1959இல் சாந்தினிஸ்த்தா கெரில்லாக்களுடன் சேர்ந்தவர். போரில் காயமுற்ற பின்னர் மத்திய அமெரிக்கா முழுவதும் சுற்றினார். கூபாவில் சே குவேராவைச் சந்தித்தார்.

1962இலிருந்து 1967 வரை FSLN கடைப்பிடித்த 'FOCO' போர் முறைக்கு இவர்தான் முக்கிய காரணமாயிருந்தார். (ஆனால் பின்னால் இது கைவிடப் பட்டது.) சாந்தினிசம், மார்க்சிசம் இரண்டையும் இணைத்த பெருமை இவரையே சாரும்.

1970 இலிருந்து 1974 வரை FSLN தனது ராணுவ நடவடிக்கைகளை நிறுத்தி வைத்திருந்தது.

எழுபதுகளின் முற்பகுதியில் FSLN இயக்கத்தில் மூன்று வெவ்வேறு போக்குகள் எழுந்தன. முதல் போக்கு Guerra Popular Prolongada (Prolonged Popular War) என்று அழைக்கப்பட்டது. மலைகளில் சூழ்ந்து கெரில்லா போர்முறையின் மூலம் போரிடுவதை இவர்கள் வலியுறுத்தினார்கள். தாமஸ் போர்ஹே இக்குழுவில் இருந்தார். இவருடைய தந்தை சாந்தினோவுடன் சேர்ந்து போரிட்டவர். Proletarios என்று அழைக்கப்பட்ட இரண்டாவது பிரிவினர் நகர்ப்புறத் தொழிலாளரிடையே கொள்கையைப் பரப்புவதை முதன்மையான பணியாக வலியுறுத்தினர். ஏனைய போக்குகளை 'ராணுவ சாகசங்கள்' என்று கருதினர். Tercerista என்று அழைக்கப்பட்டவர்கள் மேற்கண்ட இரண்டு போக்குகளையும் இணைத்துச் செயல்படுவதை வலியுறுத்தினர். மூன்று பிரிவாக இருந்தாலும் இவர்களுக்குள் பரஸ்பர வெறுப்பு இல்லாதிருந்தது. மூன்றாம் பிரிவினருக்கு மக்களிடையே செல்வாக்கு இருந்தது. கார்லோஸ் 1976இல் சண்டையில் கொல்லப்பட்டார்.

7500 பேரைக் கொண்ட தேசியப் படை ராணுவமாகவும், போலீசாகவும் ஒரு சேர இயங்கியது. மிகவும் ஏழ்மையான மலைப்புற விவசாயிகளே இப்படையில் சேர்க்கப்பட்டனர். நகர்ப்புற குட்டி பூர்ஷ்வாக்கள் இதன் அதிகாரிகளாயிருந்தனர். சொமோஸா ஒவ்வொரு அதிகாரியையும் தனித்தனியாக அறிந்திருந்தான். என்ன அட்டூழியம் வேண்டுமானாலும் செய்துகொள்வதற்கு சொமோஸா இப்படையினருக்கு அதிகாரம் அளித்திருந்தான். இதுவே ராணுவ ஆட்சிக் கவிழ்ப்பு எதுவும் நிகழாமலிருக்க அவனுக்கு உதவியது. இருப்பினும் 1948, 1954, ஏப்ரல் 1958, அக்டோபர் 1958, 1959, 1967, 1972-ஆம் ஆண்டுகளில் ஆட்சிக் கவிழ்ப்பு முயற்சிகள் நடந்தன. எதுவும் வெற்றி பெறவில்லை. இதற்கு இன்னொரு காரணம், கன்ஸர்வேடிவ் கட்சிக்கு சொமோஸா அளித்திருந்த பலவித சலுகைகள்.

ஆனால் 1972 பூகம்பத்திற்குப் பிறகு இந்நிலைமையில் மாற்றம் ஏற்பட்டது. பூர்ஷ்வாக்களும் அரசியல் மாற்றத்தை விரும்பும்

நிலைக்குத் தள்ளப்பட்டனர். 1974 ஜூலை தேர்தலை இவர்கள் புறக்கணித்தனர். தேசியப் படையின் உதவியால் சொமோஸாவே மீண்டும் அதிபராகத் 'தேர்ந்தெடுக்கப்பட்டான்'. 1974இல் FSLN தனது ராணுவ நடவடிக்கைகளை மீண்டும் துவக்கியது. இரண்டு முக்கிய புள்ளிகள் ஸாந்தினிஸ்துகளால் கடத்தப்பட்டனர். அரசியல் கைதிகள் விடுவிக்கப்பட்டு, ஸாந்தினிஸ்துகளின் நீண்ட அறிக்கைகள், பிரசுரங்கள் பத்திரிகைகளில் வெளிவந்த பின்னரே அவர்கள் விடப்பட்டனர். 1975இல் அவசரநிலை பிரகடனப்படுத்தப்பட்டது. அக்டோபர் 1977இல் அவசரநிலை தளர்த்தப்பட்டதும் Tercesista குழுவினர் தமது நடவடிக்கைகளைத் தீவிரப்படுத்தினர்.

நவம்பரில் La Prensa என்ற பத்திரிகை ஜனநாயக ரீதியில் அமைந்த ஆட்சி மாற்றத்திற்காக ஒரு முழு பக்க வேண்டுகோள் விடுத்தது. 1978 ஜனவரியில் Pedro Joaquin Chamorro (La Prensaவின் அதிபர்) கொலை செய்யப்பட்டார். இதன் விளைவாக, வேலை நிறுத்தங்கள், வீதிமுனைப் போராட்டங்கள், கலவரங்கள் தொடர்ந்தன. ஒன்று மாற்றி ஒன்றாக வேலை நிறுத்தங்கள் தொடர்ந்து கொண்டேயிருந்தன. 1978 ஆகஸ்ட் 22ஆம் நாள் FSLNஇன் கெரில்லா வீரரான Eden Pastora என்பவர் தேசிய மாளிகையை முற்றுகையிட்டு தங்கள் வசப்படுத்தி அதனுள்ளிருந்த ஐந்நூறு முக்கிய பிரமுகர்களை பணயக் கைதிகளாக்கினார். அவர்களுள் அறுபது சட்டமன்ற உறுப்பினர்களும், பல மந்திரிகளும், சொமோஸாவின் நெருங்கிய உறவினர் ஒருவரும் அடக்கம். இரண்டு நாட்களுக்குப் பிறகு சொமோஸாவுக்கும், கெரில்லா வீரர்களுக்கும் இடையில் உடன்பாடு ஏற்பட்டது. அதன்படி, ஐந்து லட்சம் டாலர் தொகை கெரில்லா வீரர்களுக்கு அளிக்கப்பட்டது. அத்தனை வானொலி நிலையங்களிலும், தொலைக்காட்சியிலும் FSLN அறிக்கைகள் ஒலிபரப்பப் பட்டன. இதன் பிறகு, தாமஸ் போர்ஹேயையும் உள்ளடக்கிய 58 அரசியல் கைதிகளும், தேசிய மாளிகையை ஆக்ரமித்த 25 கெரில்லா வீரர்களும் விமானத்தின் மூலம் பனாமாவுக்குப் புறப்பட்டனர். Operation Carlos Fonseca Amador என்று அழைக்கப்பட்ட இந்த ஆக்ரமிப்பு கொஞ்சம் கூடப் பிசகாமல் வெற்றியடைந்தது.

சொமோஸாவுக்கு எதிரான இயக்கம் 1979இல் தான் வெற்றியடைந்தது. அகஸ்தோ சாந்தினோ படுகொலை செய்யப்பட்டு 45 ஆண்டுகளுக்குப் பிறகே இது சாத்தியமாயிற்று. இதன் பொருட்டு 50000 பேரை (ஜனத்தொகையில் இரண்டு சதவிகிதம்) உயிர்த் தியாகம் செய்ய வேண்டியிருந்தது. ஆனாலும் இன்னும் நிகாராகுவாவில் அமைதி வந்து விட்டதாகச் சொல்லமுடியாது. அமெரிக்க ராணுவத் தலையீட்டை இந்த மக்கள் தொடர்ந்து சந்திக்க வேண்டியுள்ளது. நிகாராகுவாவின் அண்டை நாடான ஹோந்துராஸில் ராணுவத் தளங்களை அமைத்துக் கொண்டு அமெரிக்க ராணுவம் தொல்லை கொடுத்துக் கொண்டிருக்க, நிகாராகுவா மக்கள் அனைவரும் ஆயுதமேந்தி இதைச் சமாளித்து வருகின்றனர். (சாந்தினிஸ்த்தா ராணுவத்தில் பதினைந்து வயதான சிறுவர்கள் கூட பங்கேற்றிருக்கிறார்கள்.)

இது பற்றிய ஆவணப் படம்: Nicaragua: No Pesaran (They will not pass). டேவிட் பிராட்பரி என்ற ஆஸ்திரேலியரால் இயக்கப்பட்டது. நிகாராகுவாவின் இன்றைய நிகழ்வுகள்; சாந்தினிஸ்த்தா போராளிகள், ஹோந்துராஸ் எல்லையிலிருந்து கொண்டு தாக்கிக்கொண்டிருக்கும் சாந்தினிஸ்த்தா எதிர்ப்பாளர்கள், அமெரிக்க அதிபர் ரீகன் என்று பலருடைய சொற்பொழிவுகளும், பேட்டிகளும் உள்ளடங்கிய ஒரு படம் இது.

கடந்த நாற்பத்தைந்து ஆண்டுக்காலத்தில் மூன்று லட்சம் நிகாராகுவா மக்கள் விடுதலைப் போராட்டத்தில் உயிரிழந்திருக்கிறார்கள் என்கிறது புள்ளி விபரம்.

போரில் தன் மகனை இழந்த ஒரு தாய் பேட்டி காணப்படும் பொழுது கூறுகிறாள்: "மிகேல் இந்த விடுதலைப் போரில் ஒரு வீரனாக இறந்தது பற்றி நான் மகிழ்ச்சியே அடைகிறேன்."

இதை அடுத்து வருவது அமெரிக்க அதிபர் ரீகனின் பேச்சு: "அமெரிக்காவுக்கு நிகாராகுவா ஒரு அச்சுறுத்தல். அது நமக்கு வெகு அருகில் இருக்கிறது. அந்த நாட்டில் நேர்ந்ததைப் போல் மற்ற நாடுகளிலும் நேர்வதை நாம் அனுமதிக்க மாட்டோம். நிகாராகுவா அமெரிக்காவிடம் விரோதம் கொண்டிருக்கிறது. அது ரஷ்யா மற்றும் கூபாவின் ஆதரவு நாடு."

இங்கு ஒரு முக்கியமான விஷயத்தை வலியுறுத்த விரும்புகிறேன். இந்தப் படங்கள் ஆவணப் படங்களாகவே இருந்தாலும், எத்தனை சக்தி வாய்ந்த அரசியல் படங்களாக உருவாக்கப்பட்டிருக்கின்றன என்பதற்கு இக்காட்சி ஒரு உதாரணம். ரீகனின் பேச்சின் போது அவர் "சாந்தினிஸ்த்தா தீவிரவாதிகள் அமெரிக்காவைத் தீர்த்துக்கட்டவே முடிவெடுத்திருக்கிறார்கள்" என்று சொல்லும் பொழுது பார்வையாளர்களிடையே பெரும் சிரிப்பொலி கிளம்பியது. புளுகு மூட்டைகள் அவிழ்க்கப்படுகிறபொழுது உண்டாகும் சிரிப்பு அது. இப்படிப்பட்டதொரு விளைவை ஏற்படுத்தியது இதற்கு முந்தைய காட்சியான மிகேலின் தாயுடனான பேட்டிதான். இந்த சந்தர்ப்பத்தில் இதே மாதிரியான இன்னொரு நிகழ்ச்சியைக் குறிப்பிட விரும்புகிறேன். *The Agony of a Dictatorship* என்ற நூலில் *Borovik* பின்வருமாறு எழுதுகிறார்:

"ஒரு லத்தீன் அமெரிக்க ஒளிப்பதிவாளர் மூன்று குழந்தைகளுக்குத் தாயான ஒரு நிகாராகுவா பெண் அகதியுடன் நடத்திய உணர்ச்சி ததும்பும் பேட்டி ஒன்றை எனக்காகப் போட்டுக் காண்பித்தார். தன்னுடைய இறந்துபோன இரண்டு பிள்ளைகளைப் பற்றி, கண்ணீரை சிரமப்பட்டு அடக்கிக் கொண்டு பேசிய அந்தப் பெண்ணின் முகம் கம்பீரத்துடனும், மிகவும் சாந்தமாகவும் இருந்தது. அவளுடைய இரண்டாவது மகனை சென்ற ஆண்டு இறுதியிலும், கடைசி மகனை அக்டோபரிலும் 'நேஷனல் கார்ட்ஸ்மென்' (சொமோஸாவின் ராணுவம்) கொன்று விட்டார்கள். அக்டோபரில் சாகும் முன் அவன் எழுதிய கடிதம் நவம்பரில்தான் அவளுக்குக் கிடைத்ததைச் சொல்லி, அந்தக் கடிதத்தை எடுத்து நீட்டி அதற்குள் மனப்பாடமாகி விட்ட அக்கடித வாசகங்களைச் சொல்கிறாள்.

"அன்புள்ள அம்மா... உன்னைப் பார்க்க ஏக்கமாயிருந்தாலும் என்னால் இப்போது வரமுடியாது. காரணம் உனக்குத் தெரியும். உனது பிறந்த நாளன்று உடன் இல்லாமல் இருப்பது மிகவும் கசப்பான அனுபவம்தான். வளர்ந்துவிட்ட உன் பிள்ளைகளான எங்களுக்கு நீதான் எல்லாமாக இருக்கிறாய்; எங்களின் இதயமான உன்னை உறுதியும், பாசமும், அன்பும் கொண்ட, எதையும் எங்களுக்காக

தியாகம் செய்யும் தாயாகவே நாங்கள் அறிந்திருக்கிறோம். எப்பொழுதுமே பதிலுக்கு நீ எதிர்பார்த்ததில்லை. இப்படித்தான் எரிபர்த்தோ *(Eriberto)* நினைக்கிறான். இறந்து போன என்ரிக்கும் *(Enrique)* நினைத்தான். உன்னுடைய அடுத்த பிறந்த நாளின்போது நிலைமை சீராகி நாம் எல்லோருமாகச் சேர்ந்து கொண்டாடுவோம். என்ரிக்கும் நம்முடன் இருப்பான். அவன் நம்மை விட்டுப் போய்விடவில்லை. சில காலத்திற்கே பிரிந்திருக்கிறான்.''

இந்த வார்த்தைகளைச் சொல்லும்போது அவள் உதடுகள் நடுங்கின. ஆனால் உடனே சமாளித்துக்கொண்டு தன்னிலைக்கு வந்து எதைப் பற்றியோ நினைவு கூருவது போலத் தோன்றினாள். அந்தக் கடிதத்தைப் பிரித்து அதனுள்ளிருந்த உலர்ந்த சிவப்புப் பூவிதழ்களை கவனமாக வெளியே எடுத்தாள். கேமராவில் அவற்றைக் காட்டிய அவள் சொன்னாள், ''அவன் எப்போதும் என் பிறந்த நாளுக்கு ஒரு சிவப்பு மலர்ச்செண்டை அனுப்பி வைப்பான். அவன் இறந்துவிட்டாலும் இந்த வருடம் கூட அனுப்பியிருந்தான்.''

கேமராவை நேரடியாகப் பார்த்து உறுதியான குரலில் அவள் மேலும் சொன்னாள்:

''நிகாராகுவா மக்கள் இவற்றையெல்லாம் பார்க்கிறார்கள் என்று நினைக்கிறேன். இந்த நாட்டின் தாய்மார்களுக்கு நான் பெருமையுடன் சொல்லிக் கொள்கிறேன்: என்னுடைய இரண்டு பிள்ளைகள் கோரமாகக் கொல்லப்பட்டு விட்டாலும் மூன்றாமவன் ஒருவன் சொமோஸாவுக்கு எதிராகப் போரில் ஈடுபட்டிருக்கிறான். கடவுள் கருணை செய்வாராக! அவள் குரல் நடுங்குகிறது. ''என் எரிபர்த்தோவும்...'' அவளால் 'அவனும் இறந்து விட்டால்' என்று சொல்ல முடியவில்லை. தொடர்கிறாள். ''துப்பாக்கியை எடுத்துக்கொண்டு சண்டையிட நானும் அவர்களுடன் கிளம்பி விடுவேன்.'' ஆம், அவள் 'அவர்களுடன்' என்பதை ஏதோ தன் பிள்ளைகள் உயிருடன் இருப்பது போலவே சகஜமாகச் சொன்னாள்.

பதினைந்திலிருந்து பதினேழு வயதிற்கிடையிலான பதினேழு நிகாராகுவா சிறுவர்கள் அமெரிக்க ராணுவ உதவியுடன்

Contras என்கிற எதிர்ப் புரட்சி ராணுவ வீரர்களால் படுகொலை செய்யப்பட்டதற்கு மறுதினம் போப் ஜான் பால் – *II*[7] நிகாராகுவாவிற்கு வருகை தருகிறார். அவரைப் பார்க்கவும் கேட்கவும் ஐந்து லட்சம் பேர் குழுமியிருக்கிறார்கள். ஆனால் போப்பின் பேச்சு மக்களின் ஜீவ மரணப் போராட்டத்தைப் பற்றி கவனத்தில் எடுத்துக் கொள்ளாத வெற்றுரையாக இருக்கிறது. மக்கள் ஒரு சேர கோஷம் எழுப்புகிறார்கள்.

"We want peace…

Power to the people…"

ஒரு பாடலைப் போல் திரும்பத் திரும்ப இதை அந்த மக்கள் கோஷமிடுகிறார்கள். போப் திகைத்து நிற்கிறார்.

லத்தின் அமெரிக்காவின் புகழ் பெற்ற கவிஞரும், ஸாந்தினிஸ்தா போராளிகளுள் ஒருவரும், சொமோஸாவுக்கு எதிரான புரட்சியின் போது பன்னிரண்டு வருடங்கள் ஒரு கம்யூனின் அமைப்பாளராக இருந்தவருமான *Ernesto Cardenal Chamorro*[8] ஒரு கத்தோலிக்கப் பாதிரி. விவசாயிகளுக்கு போராட்டம் பற்றிய கல்வியைக் கற்பித்து, புரட்சி என்பது கத்தோலிக்க மதத்திற்கு முரண்பட்டதல்ல என்பதை திருமறைகளுக்கு புரட்சிகரமான விளக்கங்கள் கொடுத்து அவர்களைப் புரட்சிக்குத் தயார் செய்துகொண்டிருந்த எர்னெஸ்த்தோ கார்தினாலுக்கு அவர் தலைமறைவாயிருக்கும் போதே பதினைந்து ஆண்டுகள் சிறைத்தண்டனை விதித்தான்

---

7. லத்தீன் அமெரிக்க நாடுகளில் பெரும்பாலான மதகுருமார்கள் எதேச்சாதிகாரத்திற்கும், காலனியச் சுரண்டலுக்கும் எதிரான மக்கள் போராட்டத்தோடு தாங்களும் ஒன்றிணைந்து கொண்டவர்கள். நிகாராகுவாவில் இன்றைக்கும் சக்திவாய்ந்த ஒரு கத்தோலிக்க மரபு உண்டு. அங்குள்ள கத்தோலிக்கத் திருச்சபை சாந்தினிஸ்தாக்களை ஆதரிக்கிறது. போதிய ஆயுதங்கள் இல்லாத, ஆனால் மக்கள் பங்கேற்பை மட்டுமே கொண்ட ஒரு மக்கள் ராணுவத்தின் துணையுடன், நாட்டின் ஆட்சிப் பொறுப்பை நிர்வகிக்கும் ஒன்பது பேரைக் கொண்ட குழுவில் ஐந்து பேர் கத்தோலிக்கக் குருமார்கள்.

8. *Ernesto Cardenal Chamorro-* பிறப்பு: *1925* புகழ்பெற்ற கவிஞர், கத்தோலிக்கப் பாதிரி, தற்போதைய சாந்தினிஸ்த்தா புரட்சி அரசாங்கத்தின் கலாச்சார மந்திரியாக இருக்கிறார். இவருடைய முக்கியமான கவிதைத் தொகுப்புகள் *Zero Hour, Epigrams, Psalms National Song, Oracle on Managna.*

சொமோஸா. சொமோஸாவின் அராஜக ஆட்சி பற்றி அவர் பின்வருமாறு கூறுகிறார்:

"இன்றைக்கு (ஜனவரி – 1979) நிகாராகுவாவில் இளைஞர்கள் தினசரி கொல்லப்படுகிறார்கள். அந்த இளைஞர்கள், போராட்டத்தில் ஈடுபடுவதற்காக அல்லாமல் அவர்கள் இளைஞர்கள் என்பதற்காகவே கொல்லப்படுகிறார்கள். தெருவில் ஒரு இளைஞனோ யுவதியோ நடந்தால் உடனே அவர்கள் கொல்லப்படுகிறார்கள். இன்றைய தேதியில் நிகாராகுவாவில் இளமையாய் இருப்பதே ஒரு குற்றமாக இருக்கிறது. ஒவ்வொரு இளைஞனும் புரட்சியாளனாகவும், ஸாந்தினிஸ்த்தாவாகவும் கருதப்படுவதால்தான் இந்த நிலைமை. ஆனால் இது முற்றிலும் உண்மைக்குப் புறம்பானதும் அல்ல. இதில் வருத்தத்திற்குரிய விஷயம் என்னவென்றால், நிகாராகுவாவின் இளைய தலைமுறையே அழிந்து வருவதுதான். நாட்டின் பொருளாதார நசிவையும், நகரங்கள் மற்றும் ஊர்களில் சொமோஸாவின் அட்டூழியத்தினால் ஏற்படும் அழிவையும் நாட்டின் சொத்தான இளைஞர்களின் அழிவுடன் ஒப்பிட்டுப் பார்க்கும் போது

முன்னது ஒன்றுமில்லாமல் போகிறது. ஒரு இளைஞன் வீட்டை விட்டு வெளியே போனால் அவன் தெருவிலேயே கைது செய்யப்பட்டு எங்கோ காணாமல் போகிறான். கிடங்குகளில், தெருவோரங்களில், குப்பைமேடுகளில், தரிசு நிலங்களிலெல்லாம் பிணங்கள் கிடக்கின்றன. கை கால் முறிந்தும், மண்டை உடைந்தும், கண்கள் வெளியே பிடுங்கப்பட்டும், நாக்கும் பிறப்புறுகளும் துண்டிக்கப்பட்டும் அந்தப் பிணங்களைப் பார்க்கலாம். கைது செய்யப்பட்டவர்களுள் அநேகர் அப்படியே காணாமல் போய் விடுகிறார்கள். அநேகமாக அவர்களைப் பற்றி யாரும் கேட்பதோ பார்ப்பதோ இல்லை. கிராமங்களில் கெரில்லாக்கள் செயல்படும் இடங்களில் வசிக்கும் விவசாயிகளின் வீடுகளை எரித்தும், பெண்களை பலாத்காரம் செய்தும், உயிருடன் கொளுத்தியும், உயரத்தில் ஹெலிகாப்டரிலிருந்து தூக்கியெறிந்தும் மிருகத்தனமான சித்திரவதைக்கு அவர்களை ஆளாக்குகிறார்கள். பெண்கள், வயதானவர்கள், பச்சிளங் குழந்தைகள் என்று எவரையுமே

இவர்கள் விட்டுவைப்பதில்லை... இந்த நிலையில் உலகத்திற்கு நிகாராகுவாவில் நடப்பதைப் பற்றி எதுவும் தெரிவதில்லை.''

Letter – Testament

Rigoberto Lopez Perez

லோபஸ் பெரஸ் தான் கொல்லப்படுவதற்கு முன் தன் அன்னைக்குக் கவிதை வடிவில் எழுதிய கடைசிக் கடிதம் :

San Salvador, September 4, 1956.

Senora Soledad Lopez
Leon, Nicaragua.

Dearest Mama,

Although you never knew it,
I
Have
Always taken part
In every kind
Of activity
Aimed against
Our country's
Evil regime
And since
All the efforts
Have been in vain,
The efforts
To make
Nicaragua

A free country again
(If not for the first time)
A country free
Of outrage and ignominy.
I have decided
Even though
My comrades
Were against it,
To try to be the
One
To bring about

The beginning of the end
Of this tyranny
If God wills
That I die in the attempt

I don't want
Anyone to be blamed
Anyone at all,
Since it has all been
My decision.

Who knows us all
Very well,

Can be relied on
Like all
My other compatriots
Resident in this country
To help you
In anything you need.

As I already told you,
Some time ago
I took out a life insurance
Policy
For .10 000.00
With a double indemnity

That's to say C.20 000.00

Will take
All the steps
To ensure that you get
The money,
Since it is in your name.
There is one Proviso:
As you know,

I have
Always
Lived
At the home of the Andrade family

Who have been
Very good to me
For such a long time,
And I would like
C.1000.00 of the money
To be given
To Senorita Dina Andrade
To finish her studies,
Since she might have to
Give them up
For lack of funds.
You can arrange things
With Miriam Andrade de Rivera,
Her sister,
And my good friend,
Since you will have to
Travel
To this city (San Salvador)
Where,
When all the legalities are completed
They will give you
The value of this policy
As I said already
------------- and the other
Comrades

Will do everything to ensure
That the policy is cashed.

I hope
You will take
All this
Calmly
And you must see that what
I
Have done

Is a duty
That any
Nicaraguan
Who really
Loved
His homeland
Should
Have carried out
A long time ago.

Mine
Has not been a sacrifice
But a duty
Which I hope to have fulfilled.

If you
Take everything as
I hope you do
Then
I will be happy.
So
No sadness,
The duty
To one's homeland
That one carries out.

Is the greatest satisfaction
That can be had

By a good man
As
I
Have tried to be.

If you take
It all
Calmly
And with the absolute idea that

I have fulfilled
My highest duty
As a Nicaraguan
I would
Really appreciate it.

Your son
Who always
Loved you dearly,

Rigoberto
Crossed out in the photocopy of the origina.
Ideam.
Ideam.
TRANSLATED BY MICHAEL TARR

பொலிவியா

உலகத்தின் மிக உயரமான ஒரு நாடு பொலிவியா. இதன் தலைநகரமான லா பாஸ் (La Paz) தான் உலகின் மிக உயரமான தலைநகரம் (13,500 அடி). இதனாலேயே கடுங்குளிர் காற்றினால் அடிக்கடி தாக்கப்படும் இந்த நாடு அங்கு வாழ்கிற மக்களாலேயே தாங்க முடியாத சீதோஷ்ண நிலையைக் கொண்டிருக்கிறது. இந்த நாட்டின் மலையுச்சிகளில் வாழும் மக்களின் ஆயுட்காலம் முப்பத்து இரண்டுதான். ஒரு இருபத்தைந்து வயது பெண்ணின் முகம் குளிரினால் பாதிப்புற்று எழுபது வயது கிழவியின் முகத்தைப் போல் சுருக்கங்களையும், கோடுகளையும் கொண்டிருக்கிறது. Altitude Sickness காரணமாக (தூக்கமின்மை, பசியின்மை, மயக்கம், மூச்சு விடுதலில் சிரமம் போன்றன) இங்குள்ள மக்கள் அவதிப்படுகிறார்கள். இது பற்றித் தன்னுடைய Inside South America என்ற நூலில் ஜான் குந்தர் இப்படி எழுதுகிறார். "நீங்கள் இங்கு மூன்று மாதங்கள் வாழ்ந்தால் கூட ஒரு மனிதன் சிரிப்பதைப் பார்த்து விட முடியாது."

1820இல் சுதந்திரம் பெற்றதிலிருந்து சுமார் இருநூறு புரட்சிகளையும், ஆட்சி மாற்றங்களையும் கண்டிருக்கின்ற பொலிவியாவில் 1951இல் நடந்த தேர்தலில் தேசியப் புரட்சி இயக்கம் என்ற கட்சி வெற்றி பெற்றது. ஆனாலும் அந்தக் கட்சி ஆட்சிக்கு வருவதை ராணுவம் தடுத்தது. பின்னர் ஒரு ஆண்டுக் காலத்திற்கு ராணுவ ஆட்சி நடைபெற்றது. பிறகு 1952இல் ஏப்ரல் 9-ஆம் தேதியன்று 'பெரும் புரட்சி' என்று சொல்லப்படுகின்ற புரட்சியின் மூலம் தேசியப் புரட்சி இயக்கத்தைச் சேர்ந்த Paz Estenssoro ஆட்சிக்கு வந்தார். பன்னிரண்டு ஆண்டுகளுக்குப் பின்னர் ஒரு கொடும் சர்வாதிகாரியாகவும், கொலைகாரனாகவும் மாறிய Barrientos அப்போது விமானப் படையில் ஒரு அதிகாரியாக இருந்தான். பெரும் புரட்சி நடந்து

கொண்டிருந்த சமயத்தில் பாரியந்தோஸ் அர்ஜென்டினாவுக்குப் போய் அங்கிருந்த பாஸ் எஸ்த்தென்ஸொரோவை விமானத்தின் மூலம் அழைத்து வந்தான். அந்த விமானம் லா பாஸில் சுடப்பட்ட போதும் கூட, தன் திறமையினால் மட்டுமே பாஸை உயிருடன் அவனால் அழைத்து வர முடிந்தது. ஆனால் இந்த இருவருமே பின்னால் சர்வாதிகாரிகளாக மாறியது பொலிவிய வரலாற்றில் ஆச்சரியமான ஒன்றல்ல.

1952 இலிருந்து 1956 வரை பாஸ் ஆட்சியில் இருந்தார். பொலிவிய அரசியல் சட்டத்தின்படி நாட்டின் அதிபராயிருக்கும் ஒருவர் தொடர்ந்து அடுத்த நான்காண்டுக் காலத்தில் அதிபராயிருக்க முடியாது என்பதால் பாஸ் தனது நண்பர் ஸைலஸை (Hernan Siles Zuago) பதவியில் அமர்த்திவிட்டு 1956இலிருந்து 1960 வரை லண்டனில் பொலிவியாவின் தூதராக இருந்தார். பின் மறுபடியும் 1960 இலிருந்து 1964வரை பாஸ் பொலிவிய அதிபராக மாறினார். இதற்கிடையில் நாட்டின் பொருளாதாரம், அரசியல் எல்லாவற்றிலும் குழப்பம் மிகுந்து எங்கு பார்த்தாலும் ஊழல் பெருகியது. மக்களின் வாழ்க்கைத் தரம் மிக மோசமான நிலையை நோக்கிச் சென்று கொண்டிருந்தது. பிறகு 1964இல் மறுபடியும் நடந்த தேர்தலிலும் பாஸே ஆட்சிக்கு வந்தார். (எதிர்க்கட்சிகள் தேர்தலில் கலந்து கொள்ளவில்லை). தானே தொடர்ந்து அடுத்த பதவிக் காலத்திலும் ஆட்சிக்கு வருவதை அனுமதிக்குமாறு அரசியல் சட்டத்தைத் திருத்தினார் பாஸ். ஆனால் ராணுவம் அதை அனுமதிக்கவில்லை. எனவே சூழ்நிலையின் கட்டாயத்தினால் ராணுவ ஜெனரல் பாரியந்த்தோஸை துணை அதிபராகச் சேர்த்துக் கொண்டார். ஆனாலும் நிலைமை கட்டுக்கடங்காமல் போகவே பாரியந்த்தோஸ் 1964 நவம்பரில் ராணுவ நடவடிக்கையின் மூலம் ஆட்சியைக் கைப்பற்றினார். இதற்குப் பிறகு தேசியப் புரட்சி இயக்கம் உடைந்தது.

Courage of the People

85 நிமிடங்கள்

இயக்குநர்: Jorge Sanjines

பொலிவியாவில், டிசம்பர் 1942இல், வேலை நிறுத்தத்தில் ஈடுபட்டிருந்த சுரங்கத் தொழிலாளர்களையும், பெண்கள், குழந்தைகள் உட்பட அவர்களைச் சார்ந்தவர்கள் அனைவரையும் அரசாங்கம் தனது துருப்புக்களைக் கொண்டு சுட்டுக் கொன்ற சம்பவம் 'காத்தாவிப் படுகொலை' *(Catavi Massacre)* என்று அழைக்கப்படுகிறது. அதை அடிப்படையாகக் கொண்டது இந்தப் படம்.

மலைகளுக்கிடையில் தெரியும் ஒரு கரும்புள்ளியுடன் படம் துவங்குகிறது. நேரம் ஆக ஆக அந்தக் கரும்புள்ளி ஒரு ஊர்வலமாக மாறுகிறது. இன்னொரு பக்கம் கனத்த துப்பாக்கிகளுடன் அரசுத் துருப்பு. ஊர்வலம் நெருங்கியதும் நிராயுதபாணியாக கோஷமிட்டு வரும் அந்த மக்களை அரசுத் துருப்புகள் சுட்டுத் தள்ளுகின்றன.

இதையடுத்து காத்தாவியின் தகரச் சுரங்கங்கள் காண்பிக்கப்படுகின்றன. இங்கு அறிவிப்பாளரின் குரல் சில விவரங்களைத் தருகிறது.

பொலிவியாவின் இந்தக் காத்தாவி சுரங்கம்தான் உலகின் மிகப் பெரிய தகரச் சுரங்கம். நாட்டின் வரவு செலவுத் திட்டத்தின் எண்பது சதவிகிதம் தகரத்தின் மூலம்தான் கிடைத்து வருகிறது. உலகம் முழுவதற்கும்

தேவையான தகரத்தில் ஏறத்தாழ இருபத்தைந்து சதவிகிதத்தை பொலிவியாவின் இருபதாயிரம் தகரச் சுரங்கத் தொழிலாளர்கள்தான் உற்பத்தி செய்கிறார்கள். இவை அறிவிக்கப்படும் பொழுதே கேமரா அந்தச் சுரங்கத் தொழிற்சாலைகளிலிருந்து அதன் தொழிலாளர் குடியிருப்புகளைக் காட்டுகிறது. நமது நாட்டின் மிக மோசமான சேரிகளை ஒத்திருக்கிறது அவை. இப்போது மீண்டும் அறிவிப்பாளரின் குரல்: "இந்த மக்களில் எழுபத்து நான்கு சதவிகிதத்தினர் எலும்புருக்கி நோயால் பாதிக்கப்பட்டிருக்கின்றனர். குழந்தைகளில் ஐம்பது சதவிகிதம் பிறக்கும்போதே இறந்து போகின்றன. . ."

அதைத் தொடர்கிறது சுரங்கத் தொழிலாளர்களின் போராட்டம். அந்த சுரங்கத்தின் தொழிலாளர்களே இந்தப் படத்தில் பங்கேற்றிருக்கிறார்கள். தினமும் பத்திலிருந்து பன்னிரண்டு மணி நேரம் உழைக்கிறார்கள். விடுமுறை எதுவும் கிடையாது. லாபத்தை அதிகரிக்கும் பொருட்டு, முதலாளிகள் வேலை நேரத்தை அதிகமாக்கி, தொழிலாளர்களுக்குக் கொடுக்கும் கூலியையும் குறைக்கிறார்கள்.[9] உண்மையில் தொழிலாளர்கள் சுரங்கத்தின் சுவர்களிலிருந்து உலோகத்தைத் தங்கள் விரல்களால் சுரண்டி எடுக்க வேண்டியிருக்கிறது. அதைவிடக் கொடுமை, கிடைக்கும் சொற்பமான கூலிக் காசில் அவர்களால் எந்தப் பொருளையும்

9. உதாரணமாக, உலகத்தில் ஏழாவது பெரிய பணக்காரன் என்ற இடத்தைப் பிடித்தான் Patino என்ற சுரங்க முதலாளி. இவன் ஒரு சமயத்தில் பத்தொன்பது ஆண்டுகள் பொலிவியாவுக்கே வராமல் ஐரோப்பிய நாடுகளில் பொலிவியாவின் பிரதிநிதியாக இருந்திருக்கிறான். அவனுடைய வருடாந்திர வருமானம் பொலிவியாவின் பட்ஜெட்டை விட அதிகமாக இருந்திருக்கிறது. ஆனால்* 1952க்குப் பிறகு MNR (National Revolutionary Movement) வீழ்ச்சியடைந்த காலகட்டம் வரை – Paz Estenssoraவின் ஆட்சியிலும் இந்தத் தொழிலாளர்களின் வாழ்நிலையில் அதிக மாறுதல் ஏற்பட்டு விடவில்லை. இவர்களுக்கும் அரசாங்கத்தினரால் ஆயுதங்கள் அளிக்கப்பட்டன என்பது தவிர வேறு எந்தவித மேம்பாட்டையும் இவர்கள் அடையவில்லை. பின்னர் 1964இல் Barrientos, Alfredo Ovando Candia போன்ற ராணுவ அதிகாரிகளால் ஏற்பட்ட அரசு மாற்றங்களுக்குப் பிறகும் தொழிலாளர்களின் வாழ்க்கை நிலையில் எந்த மாற்றமும் ஏற்படவில்லை.

* 1952இல் தான் பொலிவியாவின் பெரும் புரட்சி என்று அழைக்கப்படுகிற, MNR தலைமையிலான புரட்சி ஏற்பட்டது. இந்த ஆண்டில் தான் சுரங்கங்கள் தேசிய மயமாக்கப்பட்டன.

வாங்க முடிவதில்லை. அரசாங்க விற்பனை நிலையங்களில் அத்தியாவசியப் பொருட்கள் எதுவும் கிடைப்பதில்லை. தொடர்ந்து பட்டினிச் சாவுகள். அப்போதுதான் அந்தத் தொழிலாளர் குடும்பங்களின் பெண்கள் யாவரும் ஒன்று சேர்ந்து அந்த அரசாங்க விநியோக ஸ்தலங்களுக்குச் சென்று அங்கிருப்பவர்களை ஏதேனும் செய்யுமாறு நிர்ப்பந்திக்கிறார்கள். "எங்கள் கணவர்கள் பன்னிரண்டு மணி நேரம் கடுமையாக உழைத்து விட்டு கைகளில் ரத்தம் சொட்டச் சொட்ட வீட்டுக்கு வருகிறார்கள். அப்போது கூட அவர்களுக்குச் சாப்பிடக் கொடுப்பதற்கு எதுவும் இருப்பதில்லை. வெறும் பன்னையும் டீயையும் மட்டுமே சாப்பிட்டு உயிரோடு இருந்து வருகிறோம்" என்கிறார்கள். அதற்கு அவர்களுக்குக் கிடைக்கும் பதில் "எங்களிடம் சரக்கு இல்லை; அரசாங்கம் அனுப்பவில்லை" என்பதுதான். இந்தப் பெண்களுக்கு என்ன செய்வதென்று ஒன்றும் புரிவதில்லை. "நம்முடைய ஆண்களெல்லாம் இவ்வளவு கோழைகளாக இருக்கிறார்களே!" என்று சொல்கிறாள் ஒருத்தி. "நாங்கள் கோழைகளல்ல... எங்களிடம் ஆயுதம் கிடையாது... தலைவர்களோ சிறையில் இருக்கிறார்கள்... இந்த நிலையில் எங்களால் என்ன செய்ய முடியும்?" என்கிறான் ஒருவன். பெண்கள் சமாதானம் ஆகவில்லை. அத்தியாவசியப் பொருட்கள் கடைகளுக்கு வரும் வரை உண்ணாவிரதம் இருப்போம் என்று போராட்டத்தைத் துவக்குகிறார்கள். ஏழாவது நாள் தொழிற்சாலை நிர்வாகி ஒருவன் அவர்களிடம் வருகிறான். நாகரிகமாக 'வணக்கம்' சொல்லிவிட்டு அவர்களின் பிரச்சினை என்னவென்று வினவுகிறான். அவர்கள் சொல்வதைக் கேட்டுவிட்டு அவன் "அதற்கு இதுவா வழி? தகரத்தின் விலை உலக மார்க்கெட்டில் விழுந்து விட்டது... அதனால் எங்களுக்கு ஏராளமான நஷ்டம்" என்று விளக்கமாக எடுத்துரைக்க முயல்கிறான். யாரும் அதற்குமேல் அவனைப் பேச விடுவதில்லை. உடனே அவன் சினங்கொண்டு கத்துகிறான். "நீங்களெல்லாம் கலகம் பண்ணவே வந்திருக்கிறீர்கள்... நான் உங்களுக்கு வணக்கம் சொன்னேன். நீங்கள் பதில் வணக்கம் கூட செய்யவில்லை... இதுதான் நாகரிகமா?" என்று இவன் கத்த, அவர்களும் பேசிக்கொண்டே போகிறார்கள். உடனே அவன் "இது கெரில்லாக்களின் சதி வேலை. நீங்களெல்லாம் கெரில்லாக்களின் கையாட்கள்" என்று பெரிய குரலில் கத்துகிறான். அப்போது ஒரு கிழவி தன் கையிலுள்ள டப்பாவை ஆட்டி அந்தச் சத்தத்தின் மூலம்

அவனைப் பேச விடாமல் தடுக்க முயல்கிறாள். உடனே அத்தனை பேரும் தங்கள் டப்பாக்களை ஆட்ட, அது ஒரு பெரும் மழை பொழிவதைப் போன்ற சத்தத்தை உண்டாக்குகிறது. அவனால் பேச முடியாமல், வெளியேறுகிறான்.

சந்தேகத்தின் பேரில் சில தொழிலாளர்கள் நிர்வாகத்தினரால் ரகசியமாகக் கடத்திச் செல்லப்படுகிறார்கள். தனது நண்பர்கள் திடீரென்று காணாமல் போய்விடவே ஒருவன் நிர்வாகத்தினரிடம் வந்து கேட்கிறான். "போலீஸில் புகார் செய். இல்லாவிட்டால் தொழிலாளர் துறையில் போய் விசாரி" என்பது அவர்களின் பதிலாயிருக்கிறது. இவன் விடுவதாயில்லை. இருவருக்கும் வாக்குவாதம் பலக்கிறது. அவன் "முட்டாள் இந்தியனே... வெளியே போடா முதலில்" என்று கத்துகிறான். இவனும் பதிலுக்கு "தேவடியாள் மகனே...." என்று திட்டிவிட்டு வந்து விடுகிறான். அன்று இரவு அவனை பலாத்காரமாக நாலைந்து பேர் இழுத்துச் செல்கிறார்கள். தலைகீழாகக் கட்டித் தொங்கவிட்டு சாட்டையால் அடிக்கிறார்கள்.

அடுத்து 1942 காத்தாவி படுகொலையில் தன் குடும்பத்தாரை இழந்த சிலர் – அவர்களைப் பற்றின விவரங்கள் – அவர்களின் பேட்டிகள் தரப்படுகின்றன. மீண்டும் படம் தொடர்கிறது. சில தொழிலாளர் குடும்பங்களில் இருந்த இளைஞர்கள் சே குவேராவின் புரட்சிக் குழுவில் சேர்கிறார்கள். (படத்தில் சே குவேரா பற்றிப் பல இடங்களில் குறிப்பிடப் படுகிறது.)

தொடர்ந்து மாணவர் கலகங்கள் (1967) பற்றிய குறிப்புகள், பேட்டிகள் வருகின்றன. ஒரு சட்டக் கல்லூரி மாணவன் மிக விரிவாகப் பேசுகிறான். அமெரிக்க உதவியுடன் இயங்கும் ஃபாசிச அரசு பற்றியும், சே குவேராவின் தலைமையில் போராடி வரும் கெரில்லாக்கள் பற்றியும் பேசுகிறான்.

இறுதிக் காட்சியில் ராணுவமும், போலீஸும் காத்தாவி போராட்டக்காரர்களைச் சுட்டுத் தீர்க்கிறது.

படத்தில் ஒரு முக்கியமான காட்சி: துப்பாக்கிச் சூட்டின் பொழுது ஒரு ராணுவ வீரன் சுடாமலேயே இருந்து கொண்டிருக்க, அவனுடைய அதிகாரி "சுடுகிறாயா இல்லையா? இல்லாவிட்டால்

நீ தீர்ந்து விடுவாய்'' என்கிறான். இவன் "நான் இந்த ஊரைச் சேர்ந்தவன்; என் மனிதர்களையே என்னால் சுட முடியவில்லை'' என்று சொல்லவும் அதிகாரி "இந்திய நாயே'' என்று திட்டி அவனைச் சுட்டுத் தள்ளுகிறான்.

எந்தெந்த ஆண்டுகளில் எத்தனை பேர் படுகொலை செய்யப்பட்டார்கள் (நூற்றுக்கணக்கில்) என்ற விவரமும், அதற்குக் காரணமாயிருந்தவர்களின் புகைப்படங்களும் வருட வாரியாகக் காண்பிக்கப்படுகிறது.

"இத்தனை படுகொலைகளுக்கும் காரணமாயிருந்த இவர்களை நாங்கள் மறக்க மாட்டோம்'' என்ற அறிவிப்புடன் படம் முடிகிறது.

Blood of the Condor 1969

இயக்குநர்: *Jorge Sanjines*

உண்மையான நிகழ்ச்சி ஒன்றை அடிப்படையாகக் கொண்ட இந்தப் படம் ஹோர்ஹே சான்ஹீனஸின் ஒரு மகத்தான படைப்பு என்று சொல்லலாம்.

கெச்சுவா *(Quechua)* இந்தியர்கள் என்ற மலைவாசிகள் வாழும் பகுதிக்கு – கெச்சுவா இனம் தென்னமெரிக்காவின் பெரியதொரு இந்திய இனம் – மருத்துவ உதவிகள் செய்யும் பொருட்டு ஒரு அமெரிக்கக் குழு வருகிறது. பொருளாதார ரீதியாக மிகவும் பின்தங்கிய ஒரு பகுதி இது. இங்கு ஒரு மகப்பேறு மருத்துவமனை அமைக்கப்படுகிறது. பேறு காலத்தில் அவர்கள் அறியாமலேயே அவர்களுக்குக் கருத்தடை அறுவை சிகிச்சை செய்யப்படுகிறது. கொஞ்சம் கொஞ்சமாக தங்கள் இனப் பெண்கள் கர்ப்பம் தரிக்காமல் போகிறார்கள் என்பதை அறியும் அந்த மலைவாசிகள் தங்கள் இனம் அழிந்து விடுமோ என்று அஞ்சுகிறார்கள். தெய்வக் குற்றமோ எனப் பயந்து தெய்வங்களுக்கும், பூமி தேவிக்கும் பிரார்த்தனைகள் செய்கிறார்கள். குழல்களால் ‘தெய்வீக இசை’யை வாசிக்கிறார்கள். ஆனால் இதனால் எல்லாம் பயனிருப்பதில்லை. பிறகு தான் இதெல்லாம் அந்நிய தேசத்திலிருந்து வந்தவர்கள் செய்த சதி என்று புரிகிறது. “அவர்கள் நம் பெண்களின் கருப்பையில் மரணத்தை வைக்க வந்தவர்கள்” என்று சொல்கிறான் கிராமத் தலைவன். மருத்துவமனை கொளுத்தப்படுகிறது. அந்நியர்களின் ஆண்குறிகள் அறுத்தெறியப்படுகின்றன.

இதைத் தொடர்ந்து போலீஸ் வருகிறது. கிராமத்தலைவனும், அவனைச் சார்ந்தவர்களும் இழுத்துச் செல்லப்பட்டு சுடப்படுகிறார்கள். அவர்களை ஓட விட்டுச் சுடுகிறான் தலைமை போலீஸ். கிராமத் தலைவன் மட்டும் சாகாமல் பிழைத்துக் கொள்ள, அவனை எடுத்து வருகிறாள் அவன் மனைவி.

கத்தோலிக்க மதத்தில் சேர்ந்து நகரத்தில் வசிக்கிறான் கிராமத் தலைவனின் தம்பி. அவனுடைய நகர வாழ்வு பற்றி ஒரு காட்சி: கால்பந்து ஆடிக்கொண்டிருக்கும் போது அவனுடைய கால் இன்னொருவன் மீது தவறிப் போய் மிதிக்க அவன் இவனை “இந்திய நாயே” என்று திட்டுகிறான். இவனுடைய நகர வாழ்வு பற்றி நமக்குத் தரப்படும் விவரம் இவ்வளவுதான். இவனுக்கு சகோதரனின் நிலை தெரிவிக்கப்படுகிறது. உடனே அங்கு கிளம்பிப் போய் அவனை நகர மருத்துவமனைக்கு எடுத்து வருகிறான். ரத்தம் செலுத்தவும், மருந்துகள் வாங்கவும் ஐந்நூறு பெசோக்கள் தேவைப்படும் என்று சொல்கிறார் மருத்துவர். இவனிடம் உள்ளதோ இருபது பெசோக்கள். அதுகூட அவன் தன் ஒரே கட்டிலை விற்றுக் கிடைத்த பணம். என்ன செய்வதென்று தெரியவில்லை. தனக்கு மிகவும் தெரிந்த ஒரு ஹோட்டல் உரிமையாளரான பெண்மணியிடம் போய்க் கேட்கிறான். பணம் என்பதைக் கேட்டதுமே அவள் முகம் சுருங்கி விடுகிறது. இந்த விடுதியை நடத்திக் கொண்டு செல்வதில் தனக்கு எத்தனை பணத்தட்டுப்பாடு இருக்கிறது என்பதை அவள் விரிவாக விளக்குகிறாள். விரக்தியுடன் செய்வதறியாது இவன் மருத்துவமனைக்குத் திரும்பி வரும்போது கடைத்தெருவில் ஒரு யுவதியின் கையில் தொங்கும் டம்பப் பையும் அதிலிருந்து அவள் பணத்தை எடுத்து எடுத்து அழகுச் சாதனப் பொருட்கள் வாங்குவதும் இவன் கவனத்தைக் கவர்கிறது. அதிலிருக்கும் பணத்தை எடுக்கப் பெருமுயற்சி செய்கிறான். முடியவில்லை.

“ரத்தம் செலுத்தி, மருந்தும் கொடுக்காவிட்டால் உன் கணவன் இறந்து விடுவான்” என்று மருத்துவர் கிராமத் தலைவனின் மனைவியிடம் சொல்கிறார். இவளுக்கு அவருடைய மொழி புரிவதில்லை. பொலிவியாவில் மூன்றில் ஒரு பகுதியினர் கூட ஸ்பானிஷ் மொழி பேசுவதில்லை. பக்கத்துப் படுக்கையிலிருக்கும் சிறுவனுக்கு கெச்சுவா மொழி தெரிந்திருப்பதால் அவன் மருத்துவர் கூறியதை கெச்சுவாவில் இவளுக்குச் சொல்கிறான். இவர்களின்

செய்வதறியாத நிலையை அறிந்து அந்த மருத்துவர் தலைமை மருத்துவரிடம் போய் தான் அனுப்பியதாகச் சொன்னால் உதவுவார் என்று சொல்லி அனுப்புகிறார். தம்பி ஓடி ஓடி அந்தத் தலைமை மருத்துவர் வீட்டுக்குச் செல்கிறான். ஆனால் வீட்டின் வெளியே நிற்கும் காவலாளி அவனை உள்ளே விடுவதில்லை. “வீட்டின் உள்ளே பெரியதொரு விருந்து நடந்து கொண்டிருக்கிறது. மருத்துவர் இப்போது இவனைப் பார்க்க முடியாது” என்று சொல்ல இவன் வலுக்கட்டாயமாக உள்ளே நுழைகிறான். விருந்தினர்கள் முன்னே இந்த அவலட்சணமாக இந்தியன் நுழைந்தது தலைமை மருத்துவருக்கு அவமானமாகப் போய் விடுகிறது. காவலாளியால் அடித்துத் துரத்தப்பட்டு மீண்டும் மருத்துவமனைக்கே வந்து சேர்கிறான். அங்கு சகோதரன் இறந்து கிடக்கிறான்.

வேதனையுடனும் துக்கத்துடனும் நிற்கும் இவனிடம் ஒரு பாதிரி சிலுவைக் குறி காட்டுகிறார். இவன் அவரை நிமிர்ந்து பார்க்கிறான். அவன் பதிலுக்கு சிலுவைக் குறி காட்டுவதில்லை.

இதை அடுத்து வெண்திரையில் பத்துப் பதினைந்து துப்பாக்கிகளை உயர்த்திய கைகள்.

படம் முடிகிறது.

லத்தீன் அமெரிக்க அரசியல் சினிமா
ஹோர்ஹே சான்ஹீனஸுடன் ஒரு பேட்டி

ஹோர்ஹே சான்ஹீனஸ் (Jorge Sanjines) 1936-ஆம் ஆண்டு லா-பாஸில் (La Paz) பிறந்தார். லா பாஸிலுள்ள ஆன்தர்ஸ் பல்கலைக்கழகத்தில் தத்துவமும், சாந்த்தியாகோ கத்தோலிக்கப் பல்கலைக்கழகத்தின் பட நிறுவனத்திலும் படித்தார். 1961இல் லா பாஸுக்குத் திரும்பினார். அங்கே ஒரு குழுவை ஸ்தாபித்தார். அந்தக் குழு 1962இல் Dreams and Realities: A Difficult Day என்ற தனது முதல் படத்தை பொலிவியாவின் தேசிய லாட்டரிக்காக தயாரித்தது. அதைத் தொடர்ந்து 1964இல் Avsa! (Land Slide), 1966இல் Ukamau என்ற இரண்டு படங்களையும் அந்தக் குழு பொலிவியப் பட நிறுவனத்தில் வேலை செய்து கொண்டிருக்கும் போதே தயாரித்தது. பின்னர் பாரியந்த்தோஸ் அரசினால் அந்த நிறுவனம் மூடப்பட்டபோது குழு மிகுந்த சிரமத்துக்குள்ளாகியது. The Blood of the Condor என்ற படத்திற்குத் தேவையான பணத்தைத் திரட்டுவதற்குள் குழுவினர் மிகவும் சிரமப்பட்டார்கள். 1970-இல் அந்தக் குழு The Roads of Death என்ற படத்தை முடித்த போது அதனுடைய நெகடிவ் முழுவதும் மேற்கு ஜெர்மனி படச்சோதனைக் கூடத்தில் வேண்டுமென்றே over expose செய்யப்பட்டது. 1971இல் இத்தாலிய அரசாங்கத் தொலைக்காட்சி நிறுவனத்தின் உதவியுடன் The Courage of the People என்ற படத்தை அந்தக் குழு தயாரித்தது. பின்னர், படத்திலிருந்து அமெரிக்காவிற்கு எதிரான பகுதிகள் வெட்டியெடுக்கப்பட்டு, படத்தின் தீவிரத்தன்மையும் வேண்டுமென்றே மட்டுப்படுத்தப்பட்டது. 1973-இல் சாதாரண மக்களும் எளிதில் புரிந்துகொள்ளும் வகையில் அமெரிக்க ஏகாதிபத்தியமும், அதன் பாதந்தாங்கிகளும்

கடுமையாகத் தாக்கப்படும் வகையில் *The Main Enemy* என்ற படம் தயாரிக்கப்பட்டது.

கேள்வி: Ukamau குழு எப்படித் தோன்றியது? அதில் சம்பந்தப்பட்டவர்கள் யார் யார்? அது எப்படி உருவாக்கப்பட்டது? கடந்த காலத்தில் பொலிவியாவின் வெவ்வேறு சர்வாதிகார ஆட்சிகளின் கீழ் அது எவ்வாறு இயங்கியது?

பதில்: முதலில் நான் சீலேயில்தான் வேலை செய்து வந்தேன். ஆனால் என் லட்சியமென்னவோ என் சொந்த நாடாகிய பொலிவியாவில் சினிமா எடுக்க வேண்டும் என்பதுதான். 1960-இல் லா பாஸ் திரும்பினேன். அப்போது இருந்த ஒரே ஒரு குழுவான ஹோர்ஹே ரூய்ஸ் குழுவில் சேர்ந்து கொள்ள முயன்றேன். யூகோ ரொங்கல் போன்ற பொலிவியப் படத் தயாரிப்பாளர்கள் அப்போது அந்தக் குழுவுடன்தான் இயங்கி வந்தார்கள். சிபயா, அய்மாரா என்ற இரு இனங்களுக்கிடையே நிலவிய உறவுகளை அடிப்படையாக வைத்து அவர்கள் *Vuelve Sebastiana* என்ற முக்கியமான படம் ஒன்றை ஏற்கனவே தயாரித்திருந்தார்கள். எமது நாட்டின் திரைப்படத் தயாரிப்பு ஒரு பாரம்பரியத்தையே ஏற்படுத்தியிராத நிலையில் அந்தப் படம் தொழில்நுட்பத்தைப் பொறுத்தவரையில் மிக அபூர்வமானதாகவும், நேர்த்தியானதாகவும் இருந்தது. இது ஒரு நேர்மையான படம் என்று எனக்குப் பட்டது.

அந்தக் குழுவின் உறுப்பினர்கள் பலரும் நான் குழுவில் சேர்த்துக் கொள்ளப்படுவதை எதிர்க்கவே என்னால் அதனுடன் சேர முடியவில்லை. தனியாக நானே படமெடுக்க முடிவு செய்த நேரத்தில், படத் தயாரிப்புக்கான செலவு மிக மிக அதிகமாகச் சொல்லப்பட்டது. இதற்கிடையில் ஹோர்ஹே ரூய்ஸ் குழுவைச் சேர்ந்த ஆஸ்கார் ஸோரியாவுடன் என்னால் உடன்பட்டுச் செயல்பட முடிந்தது. காரணம், அடிப்படைச் சித்தாந்தங்களில் எங்களுக்கு ஏற்பட்ட ஒரு நட்பு தான். இந்தக் கலந்துரையாடலுக்குப் பிறகு எங்களுக்குள் ஏற்பட்ட ஒரு தெளிவுடன் ஸோரியா ஒரு புதிய குழுவை உருவாக்கத் தீர்மானித்தார். மூன்றாவதாக ஒரு படத் தயாரிப்பாளரும் எங்களுடன் சேர்ந்து கொண்டார். நாங்கள் மூவருமாக *Revolution* என்ற படத்தைத் தயாரிக்க முடிவெடுத்தோம். இது ஒரு அரசியல் படம். பொலிவிய சினிமாவில் இந்தப் படத்தை ஒரு மைல் கல் என்று சொல்லலாம். இதற்காக எங்களுடைய

சூழலிலிருந்து எவ்வளவு மூலப்பொருட்களைத் திரட்டிக் கொள்ள முடியுமோ அவற்றையெல்லாம் திரட்ட ஆரம்பித்தோம். ஆரம்பத்தில் மொழியியல் பிரச்சினைகள் தலையெடுத்தன. பொலிவியாவில் ஸ்பானிஷும், மற்றும் இரண்டு பூர்வீக இந்திய மொழிகளும் நிலவி வந்தன. இந்தக் காரணத்தினால் படத்தை உரையாடல் எதுவுமின்றி பலவித இயற்கை சப்தங்கள், இசை இவற்றின் உதவியைக் கொண்டே முழுவதுமாக எடுத்து முடிக்கத் தீர்மானித்தோம். Revolution என்ற இப்படம் ஆரம்பக் கட்டத்திலிருந்தே எமது குழு போர்க்குணம் செறிந்த படங்களைத் தயாரிக்க முனைப்பாயிருந்ததை அடையாளம் காட்டுகிறது.

கேள்வி: உங்களால் இந்த முதல் படத்தை எப்படித் தயாரிக்க முடிந்தது?

பதில்: தேசியப் பரிசுத் திட்டத்தை விளம்பரப்படுத்தி படமெடுக்க ஒப்பந்தம் ஒன்று பெற்றுக்கொண்டோம். அந்தப் படத்தை எடுத்துக்கொண்டிருந்தபோதே Revolution படத்திற்கான சோதனைகளை, சௌகரியங்களைப் பயன்படுத்திக் கொண்டோம். இதில் மிச்சப்பட்ட லாபத்தைப் பின்வரும் படத்திற்குப் போட முடிந்தது.

பொலிவியாவில் அதிகாரபூர்வமாக Revolutionஐ விநியோகிக்க முடியவில்லை. அப்போது ஆட்சியிலிருந்த, சற்று முற்போக்குத்தன்மை காட்டிய பாஸ் எஸ்த்தென்ஸோரோ இந்தப் படத்தைத் தனியே அவருக்காகப் போட்டுக் காண்பிக்கச் சொன்னார். படத்தைப் பார்த்து விட்டு, படத்தில் வரும் அதிகாரப் படைகளின் உடைகள் தனது காவலர்களின் சீருடைகளை ஒத்திருப்பதாகக் கூறி படத்தை வெளியிடும் அனுமதியைத் தர மறுத்து விட்டார்.

Revolution-ஐ ரகசியமாக சாதாரணத் தொழிலாளருக்கும், சுரங்கத் தொழிலாளருக்கும் போட்டுக் காண்பித்தோம். நாடு பூராவும் முப்பதாயிரம் சுரங்கத் தொழிலாளர்களுக்கும் மேல் இந்தப் படத்தைப் பார்த்தனர்.

கேள்வி: சுரங்கத் தொழிலாளர்கள் இந்தப் படத்தைப் பற்றி என்ன அபிப்பிராயப்பட்டார்கள்?

பதில்: படம் அவர்களுக்குப் பிடித்து விட்டது. ஆனால் அவர்களுக்கான எளிமையான மொழியைத் தேடியே ஆக

வேண்டும் என்பதை அவர்களின் எதிர்வினையிலிருந்து நாங்கள் தெரிந்து கொண்டோம். இந்தப் படத்தின் கோட்பாடு நவீன சினிமா உத்திகளின் அடிப்படையில் அமைக்கப்பட்டிருந்தது. வியாபார ரீதியான தயாரிப்புகளினால் பாதிக்கப்பட்ட பொதுமக்களால் இதை உள்வாங்கிக் கொள்ள முடியவில்லை. பல்கலைக்கழகப் பார்வையாளர்களுக்கான படமாகவே இது அமைந்து விட்டது. எனவே ஒரு எளிய சினிமா மொழிக்கான தேடலே *Ukamau* திட்டத்தின் பின்புலனாயிற்று.

Ukamau, சினிமாப் பயிற்சி நிலையத்தில்தான் தயாரிக்கப்பட்டது. இதுவே குழுவைக் குறிப்பிடும் பெயராகவும் ஆயிற்று. படத்தின் குறிக்கோளும் வேண்டுமென்றேதான் மறைத்துக் கொடுக்கப்பட்டது. தொலைக்காட்சித் துறை அமைச்சருக்கும் ஒரு திருத்தப்பட்ட படிவமே கொடுக்கப்பட்டது.

முதல் முறை படம் திரையிடப்பட்டதும் அமைச்சர் வெளிப்படையாகத் தன் கருத்தைக் காட்டிக் கொண்டார்: "படம் தேச விரோதமானது" என்றார். ஆனால் பத்திரிகைக்காரர்கள் இதற்குக் கொடுத்த நேரடி விளம்பரம் அவர் படத்தின் விநியோகத்தை மறுப்பதற்குத் தடையாக இருந்தது. இதைத் தொடர்ந்து அவரே ஸிமோன் இதூர்ரி பாத்திஞோ *(Simon Iturri Patiño)* என்ற பொலிவியாவின் அலுமினியச் சுரங்க அதிபதி பற்றி ஒரு படம் தயாரிக்க உத்தரவிட்டார். அதற்கு நாங்கள் பாத்திஞோவின் உண்மை வாழ்வைத்தான் படமாக்குவோம் என்று சொன்னோம். கடைசியில், எங்கள் குழு உறுப்பினர் அனைவருமே வெளியேற்றப்பட்டதுமில்லாமல் நிலையமே மூடப்பட்டு விட்டது.

எங்கள் நிலைமை மிகவும் மோசமாயிற்று. எங்களால் தொழிலும் செய்ய முடியவில்லை. பலர் நாட்டை விட்டு வெளியேற நேர்ந்தது. இன்னும் சிலர் தங்களின் சிறிய சொத்தையும் விற்றுப் பிழைக்க நேரிட்டது. நானும் சொந்த கிராமத்துக்குப் போய் குடும்பத்துடன் வாழ ஆரம்பித்தேன். கிராமப்புறச் சூழ்நிலையைப் பற்றி அறிந்துகொள்ள அது உதவியாக இருந்தது. அங்கே இரண்டு வருடங்கள் இருந்தேன். *The Blood of the Condor* என்ற பின்னால் தயாரிக்கப் போகின்ற படத்திற்கான எண்ணம் இங்கேதான் உருவாகியது. நாட்டில் நிகழ்ந்து கொண்டிருக்கும் கலாச்சாரப்

போராட்டத்தின் வேறு வேறு மூலகங்களை ஆழமாக அடயாளம் காட்ட வேண்டும் என்று எங்களுக்குத் தோன்றியது.

இதே சமயம் தித்திகாகா பிரதேசத்தில் நல்வாழ்வு முகாமொன்றில் அமைதிப் படைகள் *(Peace Corps of United States)* செய்து வந்த அக்கிரமமான செயல்கள் பற்றி கொச்சபாம்பா *(Cochabamba)* வானொலி அறிக்கை ஒன்றை வெளியிட்டது. இப்படையிலிருந்த வட அமெரிக்க மருத்துவர்கள் குடியானவப் பெண்களையும், இளைஞர்களையும் அவர்களின் அனுமதியின்றியே மலடாக்கினர். எந்த நாட்டில் ஊட்டச்சத்துக் குறைவாலும், வறுமையாலும், தீர்க்கப்படக் கூடிய நோய்களாலும் மரணங்கள் ஏற்பட்டு ஜனத்தொகை 'நிலை'யாக்கப்பட்டிருக்கிறதோ, எந்த நாட்டில் ஜனத்தொகைப் பெருக்கம் என்ற விபரீதமே ஏற்படவில்லையோ அந்த நாடான பொலிவியாவில் இத்தகைய செயல் ஒடுக்குமுறையின் ஒரு வடிவமே என்றும், இதை எதிர்த்து ஒழித்தே தீர வேண்டும் என்றும் எங்களுக்குத் தோன்றியது. அமைதிப் படைகளின் கொலைகாரச் செயல் கலாச்சார ஒடுக்குமுறையுடன் பிணைக்கப்பட்டுப் பார்க்கப்பட வேண்டிய அளவுக்கு ஒரு உருவகத் தன்மையும் அதற்கு உண்டு. கலாச்சாரக் காயடிப்பிலிருந்து ஸ்தூலமான தேகக் காயடிப்பு. ஆளும் வர்க்கம் சுமத்துகின்ற பல்வேறு விதமான ஒடுக்குமுறைகளின் குறியீடு இது.

மேற்கண்ட உண்மைகள் தெரிந்திருந்ததால் பொலிவியாவின் மீது ஏகாதிபத்தியத்தின் தாக்குதல் பற்றி நாங்கள் அறிந்து கொள்ளவும், அதையே பொலிவிய மக்கள் உணரும்படியாகச் செய்ய வேண்டுமென்றும் புரிந்து கொண்டோம். இவைகளின் அடிப்படையில் ஒரு படம் தயாரிக்க வேண்டும். ஆனால் அதற்கான வழிகளைத் தேடுவதில் மீண்டும் பிரச்சினைகள் ஏற்பட்டன. எமக்குத் தேவையாயிருந்த அடிப்படை உணவு உடை பிரச்சினைகளே எம்மை ஒரு குழு வேலையிலிருந்து தவிர்த்துக் கொண்டிருந்தன. ஆனால் விடா முயற்சியுடன் தேடினோம். சில மருத்துவர்களும், அறிவுஜீவிகளும் சிறிது பணம் தர முன்வந்தார்கள். எங்களிடம் மிகுந்திருந்த சேமிப்புகளையும் விற்று விடத் தீர்மானித்தோம். வீடு வைத்திருந்தவர்கள் அவற்றை விற்றார்கள். மொத்தத் தொகையிலிருந்து பெரும் பகுதியும் கச்சா படச்சுருளுக்கும், ஒரு பழைய *35 mm* கேமராவுக்கும் போய்விட்டது.

ஆராயப் போனால் விவசாயப் பெருங் குடிமக்களுக்கே இப்படத் தயாரிப்பின் பெரும் பகுதி உழைப்புக்கான நன்றி போய்ச் சேர வேண்டும். விவசாயிகள் இந்தப் படம் தங்கள் கருத்துகளையேதான் பிரதிபலிக்கிறது என்பதுடன் அவர்கள் உடனடியாக எங்களோடு சேர்ந்து உழைக்கவும் தயாராகி விட்டனர். அதற்குப் பிறகு எங்களுக்கு ஒரு பிரச்சினையும் ஏற்படவில்லை.

கேள்வி: விவசாயிகளுடன் எப்படி உறவு ஏற்படுத்திக் கொண்டீர்கள்? ஆரம்ப கட்டத்தில் என்னென்ன பிரச்சினைகள் எழுந்தன? எது அவர்களை உங்கள் படத்தின் கருத்துடன் உடன்பட வைத்து ஒத்துழைப்பைத் தரச் செய்தது?

பதில்: லா பாஸிலிருந்து 400 கிலோ மீட்டர் தொலைவிலிருந்த ஒரு கிராமத்தில்தான் The Blood of the Condor (Yawar Malku) படத்தை எடுத்தோம். 24 கிலோ மீட்டர் தூரம் கோவேறு கழுதையின் முதுகில் பயணம் செய்தே கிராமத்தை அடைய வேண்டியிருந்தது. ஆரம்ப நாட்களில் கிராமத்தார் மத்தியில் பழகுவது மிகவும் கடினமாக இருந்தது. காரணம், இங்கே வருவதற்கு முன்னர் அந்த கிராமத்தின் தலைவருடைய அனுமதியை மட்டுமே நாங்கள் பெற்றிருந்தோம். தலைவர் எவ்வழி, மக்கள் அவ்வழி என்று நகர கலாச்சாரம் எங்களுக்குப் போதித்திருந்தது. ஆனால் அது தவறென்று வெகு சீக்கிரமே நிரூபிக்கப்பட்டுவிட்டது. எங்கள் முடிவு தனிமனிதப் பார்வையின் வழியில் ஏற்பட்ட ஒன்று. ஆனால் அவர்களோ தங்கள் இனத்தின் மூலம் சிந்தித்தார்கள்; அவர்கள் கூட்டாகச் சிந்திப்பவர்களாக இருந்தார்கள்.

அந்த கிராம மக்களைப் பொறுத்தவரை நாங்கள் அந்நியர்கள். அலாதியான தோற்றம் கொண்டிருந்தவர்கள். எங்களுடைய நகரம் சார்ந்த நடை உடை பாவனையும் படப்பிடிப்புக் கருவிகளுமாக கிராமத்தின் உள்ளே நுழைந்தபோது அதை அவர்கள் எப்படி எதிர்கொண்டிருப்பார்கள்? கிராமத்தின் பின்னேரத்து அமைதியைக் கலைத்துக்கொண்டு நாங்கள் வந்தோம். நாள் பூராவும் கடுமையாக உழைத்துவிட்டு அவர்கள் வீடு திரும்பிக் கொண்டிருந்தார்கள். புரொடக்ஷன் மேனேஜர் அடுத்த நாள் படப்பிடிப்புக்காக நடிக்க ஆள் தேடிக் கேட்ட போது அவர்கள் முகத்தைத் திருப்பிக் கொண்டார்கள். அவர்கள் ஒரு நாளில் உழைத்துப் பெறக் கூடியதைக் காட்டிலும் பத்து மடங்கு ஊதியம் தருவதாகச் சொன்னபோது கூட

அவர்களிடமிருர்ந்து ஒரே ஒரு ஆளைக் கூடப் பெற முடியவில்லை. பாராமுகம் பகைமையாக மாறிக் கொண்டு வந்தது. மறைமுகமாக இருந்த பயமுறுத்தல்கள் மேலும் மேலும் நேரடியாக வர ஆரம்பித்தன. எங்களை முன்வைத்து அந்த இனத் தலைவனுக்கும் குடிகளுக்கும் இடையே உறவுகள் மோசமாயின. தலைவன் மட்டும் நாங்கள் ஏதோ அவர்களுக்குப் பயன்படக் கூடிய விதத்தில்தான் படம் எடுக்கப் போகிறோம் என்று நம்பினான். நாங்கள் தனிமைப்படுத்தப்பட்டதை உணர்ந்து வேறு வழியில்லாமல் திரும்ப வேண்டிய நிலை வந்தபோது, குழுவில் ஒருவர் திடீரென ஒரு யோசனை சொன்னார். அதே கிராமத்திலிருக்கும் ஊருக்குப் பொதுவான மந்திரவாதியை அணுகுவது என்பதே அது. அவரே அக்கிராமத்திற்குப் பொதுவான சூத்திரத்தை ஆள்பவர் என்று சொல்லலாம். அப்போதுதான் எங்கள் தவறு எங்களுக்குத் தெளிவாயிற்று. நாங்கள் கிராம மக்களை மதிக்கவில்லை. இங்கே படமெடுக்க வரும் முன்னர் அவர்களுடைய அனுமதியைப் பெறவில்லை; எங்களுடைய திட்டம் பற்றி அவர்களுடன் கலந்தாலோசிக்கவில்லை.

எனவே அவர்கள் நம்பிக்கைக்குப் பாத்திரமாகுமாறு, ஏற்கனவே ஏற்பட்டுவிட்ட உறவு நசிவிற்கு ஈடு செய்யுமாறு செயல்படத் தீர்மானித்தோம். வேறு வழியில்லாமல் மந்திரவாதியின் கையில் எங்கள் விதியை ஒப்படைத்தோம். அவன் மிக நீண்டதும், மிகச் சிக்கலானதுமான சடங்கு ஒன்றைக் கட்டினான். அந்த இன மக்கள் பூராவும் - சின்னஞ்சிறு குழந்தைகள் உட்பட - அதில் பங்கேற்றனர். கோகோ இலைகளை வைத்து எங்களுடைய நோக்கம் கிராமத்தாருக்கு நன்மை விளைவிக்கக் கூடியதுதானா அல்லது கெடுதி விளைவிக்குமா என்பதை மந்திரவாதி ஆராய்வான். அதிர்ஷ்டவசமாக, எமது நோக்கம் நன்மைக்காகவே என்பதாக முடிவும் சொன்னான் அவன். அதற்கு அடுத்த நாளே கிராமத்தாரின் நடவடிக்கைகள் அனுகூலமாயின. எம்முடன் ஒத்துழைக்க ஒப்புக் கொண்டதுமல்லாமல் எங்களுக்கு உணவும் அளித்தனர். எமது குழுவில் வந்திருந்தவர்கள் சிலருக்கு மருத்துவ அறிவு உண்டு; உடன் கொண்டு வந்திருந்த மருத்துவ வசதிப் பொருட்கள் அநேகம். அவற்றைக் கொண்டு அவர்கள் கிராமத்தாரின் நோய்களுக்கு மருத்துவம் பார்த்தனர். இது கிராமத்தாருடன் எமது உறவை பலப்படுத்தியது.

கேள்வி: கூர்மையான உண்மைகள் மூலம் ஏகாதிபத்திய சக்திகளின் நடவடிக்கைகளின் முகத் திரைகளைக் கிழித்தெறியும் ஒரு படத்திற்கு அதே சக்திகளின் எதிர்வினை என்ன?

பதில்: பாரியந்த்தோஸ் அரசின் கடைசி நாளன்றுதான் நாங்கள் படத்தை முடித்திருந்தோம். படப்பிடிப்பு முடிவதற்கும் பாரியந்த்தோஸ் இறப்பதற்கும் சரியாக இருந்தது. அது பொலிவியா முழுவதற்குமே ஒரு மகிழ்ச்சியான நிகழ்ச்சி. எங்களுக்கும் மிக்க மகிழ்ச்சிதான்; ஏனென்றால் பாரியந்த்தோஸ் அரசின் கீழ் நாங்கள் அப்படத்தைத் திரையிட்டிருக்கவே முடியாது. தொடர்ந்து அரசாட்சிக்கு வந்த ஸாலினாஸ் ஒரு மிதவாதி. அப்படியும் படம் தடை செய்யப்பட்டது. படத்தைப் பார்த்த தணிக்கைக்காரர்கள் உடனடியாக அமெரிக்கத் தூதரகத்திற்கு செய்தியனுப்பி அவர்களுடைய ஆலோசனையைக் கேட்டார்கள். படத்தின் முதல் காட்சிக்கு நண்பர்களை அழைத்திருந்தோம். அவர்கள் தியேட்டருக்கு வந்து கண்டது படம் தடை செய்யப்பட்டு விட்டது என்ற நோட்டீஸைத்தான். அங்கு குழுமியிருந்த மாணவர்கள், பத்திரிகையாளர்கள், அறிவுஜீவிகள் அனைவரும் எங்களுடன் ஒன்று சேர்ந்து ஒரு எதிர்ப்பு ஆர்ப்பாட்டம் நடத்த தீர்மானித்து அந்த இடத்திலிருந்து அமெரிக்கத் தூதரகம் நோக்கி ஊர்வலமாகச் சென்றோம். ஆர்ப்பாட்டத்தை போலீஸ் கண்ணீர்ப் புகை, தண்ணீர்ப் பீச்சாங்குழல்கள் மூலமாகக் கலைத்தனர். ஆனால் மோதல்களுக்கு மத்தியில் ஆர்ப்பாட்டக்காரர்கள் எல்லாச் சுவர்களின் மீதும் Yawar Mallk (வல்லூறின் ரத்தம்) என்று எழுதிவிட்டனர். இந்த நிகழ்ச்சிகள் படத்தைப் பற்றிய ஒரு பொதுவான ஆர்வத்தை உடனடியாகக் கிளப்பியது. வலதுசாரி செய்தி நிறுவனம் கூட தடையை நீக்கச் சொல்லியது. தணிக்கை 24 மணிநேரம் கூட நீடிக்கவில்லை. கடைசியில் The Blood of the Condor மிகப் பரந்த விநியோகத்தைப் பெற்றது. அதுவே தடை செய்யப்படாமல் இருந்திருந்தால் அவ்வளவு தூரம் விநியோகிக்கப்பட்டிருக்க முடியாது.

சினிமா ஒரு வலுவான ஆயுதமாக முடியும் என்பதற்கு ஒரு ஆணித்தரமான எடுத்துக்காட்டாக அந்தப் படம் அமைந்ததில்தான் வெற்றியே அடங்கியிருக்கிறது என்பது எமது தீர்மானம். படத்தின் முதல் காட்சிக்குப் பிறகு மூன்றே நாட்களில் அமைதிப் படையினர் தங்கள் காயடிக்கும் இயக்கத்தை நிறுத்திவிட்டனர். பின்னர் அரசு

நடவடிக்கையின் கீழ் அந்த அமைதிப் படை உறுப்பினர்கள் அனைவரும் பொலிவியாவை விட்டே வெளியேற்றப்பட்டனர்.

The Courage of the People மிக முக்கியமான ஒரு சினிமா. ஏனென்றால் முதல் முறையாக சம்பவங்களின் நேரடியான சாட்சிகளையே அழைத்து மக்களின் சரித்திரத்தை மீண்டும் நினைவுக்குக் கொண்டு வரச் செய்ய எங்களால் முடிந்தது. எங்களால் சரித்திரத்தை மறுஉருவாக்கம் செய்ய முடிந்தது. பல பிரதான கதாபாத்திரங்கள் இருந்தாலும், அவர்கள் ஒட்டு மொத்தக் குழுவின் அங்கமாகி விடுகின்றனர். இது எமது முந்தைய படங்களிலிருந்து ஒரு குணாம்ச ரீதியான பாய்ச்சலாகும். இது ஒரு முற்றிலும் புதிய மாறுதல். நாங்கள் நிறைய வேலைகளைச் செய்ய வேண்டி இருந்தது. ஒரு மக்கள் குழு தன்னையே கூட்டமாகப் பார்த்துக்கொள்வது என்ற வழிமுறையைத் தீர்மானிப்பதற்காக எமது குழுவிற்குள் மிக நீண்ட விவாதங்களை மேற்கொள்ள வேண்டியிருந்தது. இம்மக்களின் எண்ணங்களைப் பரிமாறிக் கொள்ள மக்கள் குழுவைப் பற்றி ஒட்டு மொத்தமாகப் பார்க்கும் படங்களை எடுக்க வேண்டிய அவசியமிருக்கிறது. அங்கே குழுவைப் பற்றிய அக்கறைகளே தனிநபர்களைக் காட்டிலும் மேலோங்கியிருக்கும். இந்த விதியின்படி எம்மால் அதற்கேற்ற மையக் கதாநாயகர்களில்லாத படங்களையும் கதைகளையும் திட்டமிட முடிந்தது.

கேள்வி: *The Courage of the People* உடன் *The Main Enemy*ஐ இணைக்கும் ஒரு முக்கியமான அம்சம் உண்டு. அது போராட்டத்தில் பெண்கள் பங்கேற்பது தவிர, சுயமான முயற்சியும் எடுத்துக் கொள்வதில் வெளிப்படுகிறது.

பதில்: நீங்கள் இந்த அம்சம் பற்றிக் குறிப்பிட்டதைக் கண்டு மகிழ்கிறேன். இப்படிச் சொல்வதற்கான காரணத்தைச் சொல்கிறேன். சமீபத்தில் பெல்ஜியத்தில் *The Courage of the People* திரையிடப்பட்டபோது பார்வையாளரிடமிருந்து ஒரு பெண்மணி, பெண்கள் அப்படத்தில் மிக முக்கியப் பங்கேற்று நடிப்பதைக் கண்டு தான் ஆச்சரியப்படுவதாக சொன்னார். அவருக்கு நான் பதில் சொன்னபோது, பொலிவியாவில் எங்கே ஆணாதிக்கம் அதிகமான அளவில் நிலவுகிறதோ அப்பகுதியிலிருந்து வரும் பொலிவியர்களைத்தான் அவர் சந்தித்திருக்க வேண்டும் என்றும், இதே உறவு முறைகள் உழைக்கும் வர்க்கத்திலேயே உண்டு

என்பதை நானும் மறுக்கவில்லை என்றும், ஆனால் பொலிவியப் பொதுஜன மரபில் இன்று பெண்களும் உற்பத்தியில் ஈடுபடும் காரணத்தால் ஆணுக்கு நிகரான இடத்தை வகிக்கின்றனர் என்பதை வலியுறுத்த விரும்புகிறேன் என்றும் கூறினேன். குறிப்பாக, சுரங்கங்களில் அதி முக்கியமான போர்க்குணமிக்க மரபை பெண்கள் உருவாக்கியிருக்கிறார்கள்.

உதாரணமாக, *The Courage of the People*-இல் அவர்களில் ஒருவர் பங்கேற்று நடித்திருக்கிறார். அவரேதான் *The Roads of Death*-இல் ஒரு சம்பவத்தின் கதாநாயகியாகவும் நடிக்கிறார். பாஸ் எஸ்த்தென்ஸோரோவின் ஆட்சி மூன்று கம்யூனிஸ்ட் தலைவர்களைக் கைது செய்தபோது, சுரங்கத் தொழிலாளர்களின் மனைவியரையும் அந்தப் பிராந்தியத்திலிருந்த இதர பெண்களையும் ஒருங்கிணைத்து அதே பெண்ணின் தலைமையின் கீழ் திரண்டு ஒரு ஆர்ப்பாட்டத்தை நடத்தினார்கள். இப்பெண்கள் ஒன்று சேர்ந்து சுரங்கத்தில் வேலை செய்து வந்த வட அமெரிக்கத் தொழில்நுட்ப வல்லுநர் குழு ஒன்றைச் சிறைப் பிடித்து அடைத்து வைத்து அவர்களை அரசியல் கைதிகளுக்கு ஈடுகாட்டி அரசாங்கத்துக்குச் சவால் விடுத்தனர். ஒரு நாள் மாலை குடித்து விட்டு வந்த ஒரு சுரங்கத் தொழிலாளி அமெரிக்கர்கள் மீது ஒரு டைனமைட் குச்சியைத் தூக்கி எறிந்து விட்டான். ஆனால் மேலே குறிப்பிட்ட அந்தப் பெண்மணி அந்த அறைக்குள் விழுந்த டைனமைட் குச்சியைப் பற்றியிழுத்து வெளியே தூக்கியெறிந்து தன் அசாதாரண தைரியத்தை வெளிப்படுத்தினார்.

மற்றொரு உதாரணம்: *The Courage of the People* ஒரு இடத்தில் நடக்கும் படுகொலையின் சித்தரிப்புடன் தொடங்குகிறது. அந்த இடத்திற்கு 'மரியா பார்ஸொலாவின் புல்வெளிப் பிரதேசம்' என்றே பெயரிட்டிருக்கிறார்கள். எங்கள் படத்தில் கையில் பதாகையுடன் தோன்றும் வயதான பெண்மணி அந்த மரியா பார்ஸொலாதான். அவள்தான் ராணுவத்தால் முறியடிக்கப்பட்ட ஆர்ப்பாட்டத்தை முதலில் தூண்டி விட்டவள்.

கேள்வி: *The Main Enemy*-இல் இன்னொரு வளர்ச்சியையும் பார்க்க முடிகிறது. லகு, தெளிவு, போதனாம்சம் இவையனைத்தும் ஏற்கனவே *The Courage of the People*-இல் இருந்த போதிலும் அதைக்

காட்டிலும் அதிகமான இடைவிடாத முயற்சியுடன் அவற்றை நாடுவது *The Main Enemy*-இல் தெரிகிறது.

பதில்: இந்தப் படத்தை எடுப்பதற்கு முன் எங்களையே ஒரு கேள்வி கேட்டுக் கொண்டோம்: லத்தீன் அமெரிக்க மக்களுக்கு, பெரூ அல்லது பொலிவிய விவசாயப் பெருங்குடி மக்களுக்கு மார்க்ஸீயம் தெரிந்திருக்க ஏதேனும் வாய்ப்புகள் உண்டா? தற்போதைக்கு இல்லவே இல்லை என்றே சொல்லலாம். விவசாயிகள் மார்க்ஸீயத்தைப் பற்றிய புத்தகங்களைப் படிக்க முடியாது; காரணம், அவர்களுக்கு எழுத்தறிவு கிடையாது. அவர்களுக்குக் கொஞ்சமாவது பலன் தரக்கூடிய சாதனம் திரைப்படம் ஒன்றுதான். படங்களின் மூலம் மார்க்ஸீயத்தை உருவாக்குவோம் என்று சொல்வது கொஞ்சம் போலித்தனமானது என்று எடுத்துக்கொண்டாலும், கற்றுக் கொள்ள வேறெந்த வழிகளுமற்ற மக்களுக்குப் புரியும் வகையில் மார்க்ஸீயத்தின் குறிப்பிட்ட எளிய அம்சங்களை எமது சொந்த வழியில் வழங்க முடியும் என்றே நாங்கள் கருதுகிறோம்.

சிலே

The Jackal of Nahueltoro (1968)

Dir: Miguel Littin

1968வரை சீலே நாட்டு சினிமா மூன்றாந் தரமானதாகவே இருந்தது. *1968-69*இல்தான் மூன்று படங்கள் சினிமாவை ஒரு கலைச் சாதனமாக அறிமுகப்படுத்தி புதிய சினிமாவின் தோற்றத்திற்கான முன்னோடிகளாய் அமைந்தன. அந்த மூன்றில் மேற்கண்ட படமும் ஒன்று. ஒரு உண்மை நிகழ்ச்சியை அடிப்படையாகக் கொண்ட படம் இது.

ஒரு பெண்ணையும் அவளுடைய ஐந்து குழந்தைகளையும் (ஒன்று கைக் குழந்தை) கொன்றுவிடுகிறான் ஒருவன். அதிகாரிகளால் அவன் மனநோயாளி என்று கருதப்பட்டு அதற்கான சிகிச்சைகள் தரப்படுகின்றன. ஆனால் இறுதியில் அவன் செய்த குற்றத்திற்கான மரண தண்டனை வழங்கப்பட்டு சாகிறான்.

இந்தக் கொலையாளியின் பின்னணி, சமூகத்தில் அவன் அடைந்த கொடூரமான இன்னல்கள் என்ற தளத்தில் லித்தின் கவனம் செலுத்துகிறார். இவனுடைய தந்தை எந்த வேலையும் இல்லாத குடிகாரராயிருந்து குடும்பத்தை விட்டு ஓடிவிட்டவர். தாய் ஒருத்தியினால் குடும்பத்தை நடத்திச் செல்ல முடியவில்லை. அதனால் இவன் குழந்தையாயிருக்கும் போதே வீட்டை விட்டு வெளியேறிவிடும் நிலைக்குத் தள்ளப்படுகிறான். பல இடங்களில் பலவிதமான வேலைகள் செய்கிறான். எல்லாருமே அதிகமாக வேலை வாங்கிக்கொண்டு குறைவான கூலியைத் தருகிறார்கள். எதிர்த்துக் கேட்கும்போது அவனைத் துரத்தி அடிக்கிறார்கள். இந்தப்

பகுதி முழுவதும் படத்தில் நடித்துக் காட்டப்படாமல் வெறும் ஸ்டில்களாய்க் காட்டப்படுகிறது.

எங்கும் வேலை கிடைக்காமல் திரிகிறான். கிடைத்த இடத்தில் அளவில்லாமல் குடிக்கிறான். ஒரு விதவையையும் அவள் குழந்தைகளையும் கொல்கிறான். அவளுடைய கணவன் சமீபத்தில்தான் இறந்திருக்கிறான். திடீரென்று ஒருநாள் வேலையிலிருந்து வந்து செத்துப் போகிறான் அவன். காரணம், அளவுக்கதிகமான உடல் உழைப்பும், மருத்துவ உதவி இல்லாததும்தான் என்பது உணர்த்தப்படுகிறது. போலீஸை விட்டு முதலாளி இந்தக் குடும்பத்தை தன் இடத்திலிருந்து வெளியே துரத்தி அடிக்கிறான். இவள் தெருவில் விடப்பட்ட அன்று இரவுதான் அந்த வழியே வந்த ஹோஸே இவளைச் சந்திக்கிறான். அவள் கொடுக்கும் கஞ்சியைக் குடித்துவிட்டு அங்கேயே தங்கிவிடுகிறான். மறுநாள், கொஞ்சம் குடித்துவிட்டு, அந்த விதவையையும் அவள் குழந்தைகளையும் ஒருவர் பின் ஒருவராக வயற்காட்டில் வைத்துக் கொல்கிறான். ஒரு சமயச் சடங்கு மாதிரி ஒவ்வொரு பிணத்தின் மேலும் கைகளிலும், மார்பிலும் கற்களை எடுத்து வைக்கிறான். விதவையையும் அவளுடைய நான்கு குழந்தைகளையும் கொன்றுவிட்டு, கற்களை வைத்து விட்டு வரும்போது ஒரு குழந்தை அழும் சத்தம் கேட்கிறது. அந்தக் கைக் குழந்தையை காலால் மிதித்துக் கொல்கிறான்.

பின்தங்கிய சமூகங்களில் – மூன்றாம் உலக நாடுகளில் – நிலவும் வன்முறையாக ஃப்ரான்ஸ் ஃபானான் கூறும் வன்முறை இதுதான். இந்த வன்முறை உயர் ஆதிக்க வர்க்கங்களின் பல்வேறுபட்ட நிலைகளில் மக்களின் மீது திணிக்கப்படுகின்ற வன்முறையின் எதிர்விளைவுதான் என்பது ஃபானனின் கருத்து. ஆனால் ஒடுக்கப்பட்ட வர்க்கத்தின் வன்முறை அந்த வர்க்கத்தைச் சார்ந்தவர்களின் மீதேதான் வெளிப்படுகிறது.

ஹோஸே மரண தண்டனையை எதிர்பார்த்து சிறையில் இருக்கும்போது அவனைப் பத்திரிகையாளன் ஒருவன் அடிக்கடி சந்திக்கிறான். சிறை அதிகாரிகள் அவனுக்கு எழுதவும், படிக்கவும் மற்றும் கைத்தொழிலும் கற்பிக்கிறார்கள். கூடை முடையும் தொழிலில் அவன் மிகுந்த தேர்ச்சி பெறுகிறான். கால்பந்து விளையாடுகிறான். எல்லாவற்றுக்கும் மேலாக சிரிக்கத்

தெரிந்துகொள்கிறான். ஆனால் அவனுக்கு ஜனாதிபதியின் மன்னிப்பு கிடைப்பதில்லை. அப்போது சிறையதிகாரிகள் இவன் மேல் உண்மையிலேயே இரக்கம் கொள்கிறார்கள். மரண தண்டனை நிறைவேற்றப்படுகிறது.

இப்படத்தின் கருத்துருவத்துடன் என்னால் உடன்பட முடியவில்லை. இது ஓரளவு சீர்திருத்தவாதம் சார்ந்ததாக இருக்கிறது. இயக்குநர் லித்தின் அயெந்தேயின் ஆட்சிக் காலத்தில் சீலே நாட்டின் சினிமாத்துறைக்கு முதன் முதலாக தலைவர் பொறுப்பில் இருந்தது இங்கு நினைவு கூரத்தக்கது. அயெந்தேயின் *Fabianism* லித்தினின் சீர்திருத்தவாதத்துடன் ஒத்துப்போவது ஆச்சரியகரமான ஒன்றல்ல.

Battle of Chile

Part 1 – 106 minutes

Part 2 – 99 minutes

Part 3 – 82 minutes

Dir : Patricio Guzman

1973 – மார்ச் தேர்தலுடன் படம் துவங்குகிறது. கிறிஸ்டியன் டெமாக்ரிட் கட்சியினரைத் தங்கள் பிரதிநிதிகளாய்க் கொண்ட பூர்ஷ்வாக்கள் இத்தேர்தலில் தோல்வியுறுகிறார்கள். அயெந்தேயின் பாப்புலர் யூனிட்டி வெற்றி பெறுகிறது. உடனே பூர்ஷ்வாக்கள் நாட்டில் பொருளாதார நெருக்கடியை உண்டு பண்ணுவதில் முனைகிறார்கள். தொழிற்சாலைகளைத் திறக்க மறுக்கிறார்கள். இதற்கான அமெரிக்கப் பண உதவி அவர்களுக்குக் கிடைக்கிறது. தொழிற்சாலைகள் சில தேசவுடைமை ஆக்கப்பட்டதும் சீலேயிலிருந்து அமெரிக்கா இறக்குமதிகளை நிறுத்திவிடுகிறது. வலதுசாரிக் கட்சிகள் எல்லாம் ஒன்று சேர்ந்து பாராளுமன்றத்தில் எந்த மசோதாவையும் அனுமதிக்காமல் இடைஞ்சல் ஏற்படுத்துகின்றன. வியாபாரிகளால் அத்தியாவசிய பொருட்கள் பதுக்கப்படுகின்றன. நடுத்தர வர்க்கத்தையும், அந்த வர்க்கத்தைச் சேர்ந்த மாணவர்களையும் கொண்ட ஃபாஸிஸ சக்தியொன்று நகர்ப்புறத்தில் உருவாகிக் கொண்டிருக்கிறது. இவையெல்லாம் மிக விரிவாக படமாக்கப்பட்டிருக்கின்றன. மேலும், பாராளுமன்ற நிகழ்ச்சிகளும், மாணவர் கலகங்களும் அப்படி அப்படியே பதிவு செய்யப்பட்டிருக்கின்றன. அயெந்தேயை எதிர்த்து நாடு முழுவதிலுமுள்ள லாரி முதலாளிகள், காலவரம்பற்ற வேலை நிறுத்தத்தில் ஈடுபடுகிறார்கள். வியாபாரிகளும், முதலாளிகளும் அரசுடன் ஒத்துழைக்க மறுக்கிறார்கள். இதைச் சமாளிப்பதற்காக

ராணுவ அதிகாரிகளைத் தன் மந்திரி சபையில் இணைத்துக் கொள்கிறார் அயெந்தே. இந்த வேலை நிறுத்தத்திற்கு மட்டும் லாரி முதலாளிகளுக்கு ஐம்பது லட்சம் டாலர்களைத் தருகிறது அமெரிக்கா. நிலவுடமையாளர்களும், கிறிஸ்டியன் டெமாக்ரிட் கட்சியினரும் இந்த வேலை நிறுத்தத்தை ஆதரிக்கிறார்கள். ஆனாலும் தொழிலாளர்கள் அன்றாட வாழ்க்கையை ஸ்தம்பிக்க விடுவதில்லை. அவர்களே நேரடியாக உணவுப் பொருள் விநியோகத்தில் ஈடுபடுகிறார்கள். கிராமங்களுக்குச் சென்று விவசாயிகளுடன் சேர்ந்து நிலவுடமையாளர்களுடன் சண்டையிட்டு நிலங்களை அவர்களிடமிருந்து பறித்து விவசாயிகளிடையே பங்கிட்டுத் தருகிறார்கள். தொழிற்சாலை நிர்வாகத்தையும் உயர் அதிகாரிகள் இல்லாத நிலையில் திறமையாக நிர்வகிக்கிறார்கள்.

அயெந்தேயின் முற்போக்கு நடவடிக்கைகளால் ராணுவத்தின் வர்க்க நலன் பாதிக்கப்பட்டு அங்கும் இரண்டு பிரிவுகள் உண்டாகின்றன. ராணுவத் தலைவரும், அயெந்தேயின் ஆதரவாளருமான ஜெனரல் ஷ்னீடர் *(Gen.Schneider)* சுட்டுக் கொல்லப்படுகிறார். சவ ஊர்வலத்தில் அயெந்தே கலந்து கொள்கிறார். அடுத்தபடியாக அயெந்தேயின் உதவியாளர் ஒருவரும் கொல்லப்படுகிறார்.

இந்தச்சமயத்தில் ஒரு தொழிலாளியின் பேட்டி காண்பிக்கப்படுகிறது. “எதிர்காலம் எப்படி இருக்கும் என்று நினைக்கிறீர்கள்?” என்ற கேள்விக்கு “மிகவும் இருளாகத்தான் தெரிகிறது” என்ற அதிர்ச்சி தரத்தக்க பதிலைத் தருகிறார் அந்த தொழிலாளி.

அனைத்துத் தொழிலாளர்களின் ஒருமித்த குரலாகவே அந்தப் பதில் உணர்த்தப்படுகிறது. இதற்கான காரணம் அயெந்தேவுக்குப் பெரும்பான்மை ஆதரவு இருக்கவில்லை என்பதும், அந்த நிலையில் அயெந்தே எதிரிகளுடன் ஆயுதம் கொண்டு போரிடாமல் பேச்சு வார்த்தைகள் நடத்திக் கொண்டிருந்தார் என்பதும்தான்.

இங்கு *Battle of Chile* என்ற இந்தப் படத்தின் சில முக்கியமான காட்சிகளை நினைவுகூர விரும்புகிறேன்.

1. தொழிலாளர்களின் அமைதியான ஊர்வலம் ஒன்று கிறிஸ்டியன் – டெமாக்ரிட் கட்சியைச் சேர்ந்தவர்களால் சுடப்படும் காட்சி.

2. அடுத்து, இந்தப் படத்தின் ஒளிப்பதிவாளர் தன்னுடைய மரணத்தையே படமெடுக்க நேர்ந்த நிகழ்ச்சி. ராணுவத்துக்கும், தொழிலாளர்களுக்கும் நடக்கும் மோதலைப் படமெடுத்துக் கொண்டிருக்கும்போது ஒளிப்பதிவாளரைப் பார்த்து ஒரு ராணுவ அதிகாரி (திரையில் அந்த ராணுவ அதிகாரி நம் முகத்துக்கு முகமாக நிற்கிறான்) தன் துப்பாக்கியைத் தூக்கி “படமெடுப்பதை நிறுத்து...

இல்லாவிட்டால் சுட்டு விடுவேன்" என்று கத்துகிறான். காட்சி நிற்பதில்லை. சுடுகிறான். *Out of focus* ஆகாமல் கேமரா அந்த அதிகாரியின் முகத்தையே காட்டுகிறது. அந்த ஒளிப்பதிவாளர் அந்த ராணுவ அதிகாரியால் சுடப்பட்டு இறந்து போனதை அறிவிப்பாளரின் குரல் தெரிவிக்கிறது.

3. பூர்ஷ்வாக்கள், தொழிலாளர்கள், கிறிஸ்டியன் – டெமாக்ரிட் கட்சியைச் சேர்ந்தவர்கள், தொழிற்சங்கத்தினர் என்று பல சாராருடைய நூற்றுக்கணக்கான பேட்டிகளைக் கொண்டிருக்கும் இந்தப் படத்தில் மத்திய தொழிற்சங்கத்தில் நடக்கும் ஒரு முக்கியமான கூட்டத்தின் காட்சிகள் பலவும் இடம் பெற்றிருக்கின்றன. அரசின் பிரதிநிதி ஒருவர் ஸ்விட்ஸர்லாந்துக்குச் சொந்தமான தொழிற்சாலைகளை எடுத்துக்கொள்வதில் உள்ள பிரச்சினைகளைப் பற்றி விளக்குகிறார். ஏனென்றால், ஸ்விட்ஸர்லாந்து சர்வதேசப் பொருளாதாரத்தை நிர்ணயிப்பதில் பெரும்பங்கு வகிக்கும் *Paris Club*ஐச் சார்ந்தது. அப்போது ஒரு தொழிலாளி எழுந்து கேட்கிறார்: "தொழிலாளர்களிடையே இந்த சர்வதேச உறவுகளைப் பற்றியெல்லாம் விளக்கி ஒத்துக் கொள்ளச் செய்வது மிகவும் சிரமமானது." அரசின் பிரதிநிதி தான் கூறியதை விளக்கிச் சொல்ல முற்படுகிறார். அப்போது மீண்டும் அந்தத் தொழிலாளி எழுந்து கேட்கிறார்: "டாக்டர் அயெந்தே எங்களை நம்பவில்லையா? மக்களை ஒருங்கிணைக்க வேண்டும் என்று எங்களுக்குச் சொன்னார். நாங்கள் அதை அடித்தளத்திலிருந்தே செய்தோம். இப்போது அவர் எங்களைக் காத்திருக்கச் சொல்கிறார். அயெந்தே மக்களின் மீது நம்பிக்கை வைக்கவில்லையா? தேவையானால், பிற்போக்குக் கும்பலை நாட்டை விட்டே துரத்தக்கூடிய வல்லமை படைத்த இந்த மக்களின் மீதா அவருக்கு நம்பிக்கை வரவில்லை?"- மிகவும் உணர்ச்சிவசப்பட்டு அந்தத் தொழிலாளி பேசி முடித்ததும், கூடியிருக்கும் அத்தனை தொழிலாளர்களும் கரவொலி எழுப்புகிறார்கள்.

4.அயெந்தே தங்கியிருந்த *Moneda* அரண்மனையின் மீது விமானங்கள் மூலம் குண்டுகள் வீசப்பட்டு அரண்மனை தரைமட்டமாக்கப்படும் மற்றொரு முக்கிய காட்சி. இறுதிக் கட்டத்தில் ராணுவம் அயெந்தேயைச் சரணடையச் சொல்லும் பொழுதும் அவர் சரணடைவதில்லை. அப்போது அவர் மக்களுக்கும் தனக்கு ஆதரவளித்த தொழிலாளர்களுக்கும் தன்

இறுதிச் செய்தியை வானொலி மூலம் அறிவிக்கிறார். “ இதுவே நான் உங்களிடம் பேசக் கூடிய கடைசிச் சந்தர்ப்பமாக இருக்கும். நான் ராஜினாமா செய்யப் போவதில்லை... நீங்கள் என்மீது வைத்த நம்பிக்கைக்காகவும், அளித்த ஆதரவுக்காகவும் நான் என் கடைசி மூச்சு வரை போராடுவேன்... உங்களுக்குச் சொல்லிக்கொள்கிறேன். ஆயிரமாயிரம் சீலேயர்களின் மனதில் நாம் விதைத்த விதைகளை முற்றிலுமாக அழித்துவிட முடியாது என்பதில் நான் மிக உறுதியாக இருக்கிறேன்... வன்முறையாலும், பலாத்காரத்தாலும் சமூக மாற்றத்தை நிறுத்தி வைப்பது என்பது முடியாத காரியம்... வரலாறு நம்முடையது. ஏனென்றால் அது மக்களால் உருவாக்கப்படுகிறது.”

அயெந்தேயின் வீழ்ச்சிக்குக் காரணம், தொழிலாளர்களின் சக்தியைப் புரிந்துகொண்டு, அதைப் பயன்படுத்திக் கொள்ளாததுதான். அரசியல் நிர்ணயச் சட்டத்தை நம்பி, சட்ட முறைகளின்படியே அவர் நடந்துகொண்டார். எதிரி மிகுந்த வலிமை கொண்டிருந்தபோது அயெந்தே சட்டத்தையும் சமாதான வழிகளையும் நம்பிக் கொண்டிருந்தார். அதனால்தான் அவரால் அந்த நாட்களில் மிகப் பிரபலமாக இருந்த “Create, Create, Create, People’s Power” என்ற கோஷத்தை செயல் ரீதியாகப் பூர்த்தி செய்ய முடியவில்லை. அயெந்தே ஆட்சியின் நான்காம் ஆண்டு விழாவில் எட்டு லட்சம் பேர் கலந்து கொண்டனர் – இரவில், கடுங்குளிரில் எட்டுலட்சம் பேர் கலந்து கொண்ட அந்த ஊர்வலம் படமாக்கப்பட்டிருந்த விதமும், Create, Create, Create People’s Power என்ற அவர்களின் ஒரு பாடல் போன்ற கோஷமும் இந்தப் படத்தில் மறக்க முடியாத ஒரு காட்சி.

சீலேயின் 1960களின் காலகட்டம் புரட்சியை நோக்கிய ஒரு பயணம்தான்; அது இன்னும் பாட்டாளி வர்க்கச் சர்வாதிகாரம் என்ற கட்டத்தை அடைந்துவிடவில்லை என்பதை அயெந்தே இறுதிவரை புரிந்து கொள்ளாமலே போனதுதான் அவரது வீழ்ச்சிக்குக் காரணம். “அயெந்தே இந்த அருவருப்பான அமைப்பின் உளுத்துப்போன அம்சங்களைப் பாதுகாத்துக்கொண்டே செத்தார். அந்தக் கணத்தில் அரசியல் சதுரங்கமானது ஆட்டக்காரர்களின் கட்டுப்பாட்டை இழந்து தறிகெட்டுப் போயிற்று. மாற்றியமைக்கப்பட முடியாத ஒரு இயங்கியல் விதியால் இழுத்துச் செல்லப்பட்டவர்கள் இதை விடவும் மிகப் பெரியதொரு சதுரங்க ஆட்டத்தில் வெறும் காய்களாகவே முடிந்து போனார்கள். எதேச்சதிகாரமும், மக்களுக்கு எதிரான சக்திகளும் சேர்ந்த கூட்டினால் உருவாக்கப்பட்ட திட்டத்தை விடவும் அந்த நிலை அதீத சிக்கலானதாகவும், அதிக அரசியல் முக்கியத்துவம் வாய்ந்ததாகவும் ஆகிவிட்டது.”

அர்ஜென்டினா

1943 இலிருந்து 1983 வரையிலான அர்ஜென்டினாவின் மிக முக்கிய அரசியல் நிகழ்வுகள்.

ஜூன் 1943	ராணுவக் கலகத்தினால் ஆட்சி மாற்றம்.
ஜூலை 1944	ஹுவான் தொமிங்கோ பெரோன் உப ஜனாதிபதியாக பதவி ஏற்கிறார்.
அக்டோபர் 1945	பெரோன் கைது செய்யப்படுகிறார்.
பெப்ருவரி 1946	பெரோன் ஜனாதிபதியாகிறார்.
1952	பெரோன் திரும்பவும் ஜனாதிபதியாக தேர்ந்தெடுக்கப்படுகிறார்: எவிதாவின் மரணம்.
செப்டம்பர் 1955	பெரோன் பதவியிலிருந்து தூக்கியெறியப்பட்டு, நாட்டை விட்டு வெளியேறுகிறார்.
ஜனவரி 1956	பெரோன் ஆதரவாளர்களின் தீவிரமான எதிர்ப்பின் துவக்கம்.
1955 – 58	ராணுவ ஆட்சிக்கான மக்கள் எதிர்ப்பும், ஆயுதப் போராட்டங்களும் நிரம்பிய கால கட்டம்.
1959 - 61	*Uturuncos* (கெச்சா மொழியில் 'புலிகள்' என்று பொருள் படும்) என்ற கெரில்லா இயக்கம் தீவிரமடைந்த கால கட்டம்.

1962	பெரோனின் கட்சி மீண்டும் அரசியல் உரிமை பெற்றது; டாக்டர் ஃப்ரான்திஸியை ராணுவம் பதவியிலிருந்து வெளியேற்றியது.
1962 - 66	*FOCO* என்றழைக்கப்பட்ட பல கெரில்லாக் குழுக்கள் உருவாக்கப்பட்டன.
1964	பெரோன் நாடு திரும்புவதற்கான திட்டம் தோல்வியில் முடிகிறது; 'பெரோனிய புரட்சி இயக்கம்' உருவாகிறது.
1966	"லத்தீன் அமெரிக்க வியட்நாமை உருவாக்குவோம்" என்ற சே குவேராவின் அறைகூவலுக்கு இணங்க, கம்யூனிஸ்ட் கட்சியிலிருந்து பிரிந்த இளைஞர்களால் *"Armed Forces of Liberation" (FAL)* என்ற புரட்சி இயக்கம் உருவாகிறது.
1966 – 73	ராணுவ ஆட்சிக்கு எதிரான மக்கள் புரட்சி வலுவடைந்திருந்த கால கட்டம்.
1969	பொலிவியாவில் குவேராவுக்கு நேர்ந்த தோல்விகளிலிருந்து பாடம் கற்றுக்கொண்டு, குவேராயிஸத்தையே விடுதலைக்கான வழியாகக்கொண்ட *Revolutionary Armed Forces (FAR)* என்ற குழு உருவாக்கப்பட்டது.
1970	*Pedro Aramburu* என்ற முன்னாள் அதிபர் கொல்லப்பட்டார்; அதிபர் ஆன்கானியா சக ராணுவ அதிகாரிகளால் பதவி நீக்கம் செய்யப்பட்டார்; ஜெனரல் ரொபர்த்தோ மார்சலோ லெவிங்ஸ்தன் அதிபரானார்.

1971	ஜெனரல் லெவிங்ஸ்தன் சக ராணுவ அதிகாரிகளால் பதவி நீக்கம் செய்யப்பட்டார்; ஜெனரல் அலெஹாந்த்ரோ லானுஸெ அதிபரானார்.
ஆகஸ்ட் *1972*	ட்ராட்ஸ்கியிஸ்டுகளும், குவேராயிஸ்டுகளுமான பதினாறு அரசியல் கைதிகள் படுகொலை செய்யப்பட்டார்கள்.
மார்ச் *1973*	இடதுசாரியான ஹெக்தர் காம்ப்பொரா அதிபராகத் தேர்ந்தெடுக்கப்படுகிறார்.
ஜூலை *1973*	வலதுசாரி பெரோனிஸ்டுகளின் எதிர்ப்பினால் அதிபர் காம்ப்பொரா ராஜினாமா செய்கிறார். ராவுல் லாஸ்திரி அதிபராகிறார்.
செப்டம்பர் *1973*	பெரோன் மூன்றாவது முறையாக அதிபராகத் தேர்ந்தெடுக்கப்படுகிறார்; கட்சியில் மார்க்சீயவாதிகளின் ஊடுருவலுக்கு எதிராக பெரோன் நடவடிக்கை எடுக்கிறார்; பெரோனின் கட்சி இரண்டாக உடைகிறது; தன் பதவியைத் தக்க வைத்துக் கொள்வதற்காக பெரோன் அடக்குமுறைச் சட்டங்களை இயற்ற வேண்டியிருக்கிறது; வேலை நிறுத்தம் தடைசெய்யப்படுகிறது; உண்மையில் ஆட்சி அதிகாரிகளின் கையிலேயே கொடுக்கப்பட்டது.
ஜூலை *1974*	பெரோனின் மரணம்.
அக்டோபர் *1974*	பெரோனின் மனைவி இஸபெல் பெரோன் ஆட்சியைக் கைப்பற்றுகிறார்.
டிசம்பர் *1976*	ராணுவத்தின் ஆட்சிக் கவிழ்ப்பு முயற்சி தோல்வியுற்றது.
மார்ச் *1977*	ஏழு ஆண்டுகள் தொடரப் போகும் ராணுவ ஆட்சியின் துவக்கம்.

The Hour of the Furnaces

Dir: Fernando Solanas Octavio Getino

Part 1 – (95 Minutes)

Part 2 – (120 Minutes)

Part 3- (45 Minutes)

சே குவேராவின் தாய்நாடான அர்ஜென்டினா பெரும்பாலும் ஒரு ஐரோப்பிய நாட்டையே ஒத்திருக்கிறதே தவிர அதை ஒரு தென்னமெரிக்க நாடு என்று மிகவும் தயக்கத்துடனேயே சொல்லலாம். பார்ப்பதற்குக் கூட அர்ஜென்டீனியர்கள் தென்னமெரிக்கர்களை ஒத்திருப்பதில்லை. அர்ஜென்டீனிய இந்தியப் பெண்கள் மிகவும் அழகற்றவர்கள் என்பதால் துவக்கத்திலிருந்து ஸ்பானியர்களுக்கும் இந்தியர்களுக்கும் இடையில் இனக்கலப்பு ஏற்படவில்லை. இன்று இந்தியர்கள் அர்ஜெண்டினாவின் தெற்கு மூலையில் மிகக் கொடிய வறுமையில் வாழ்ந்துகொண்டிருக்கிறார்கள். அவர்களுள் எண்பது சதவிகிதத்தினர் எலும்புருக்கி நோயால் பீடிக்கப்பட்டிருக்கிறார்கள். சிஃபிலிஸ் என்கிற மேகநோயும் பரவலாக உண்டு. தீண்டத் தகாதவர்களைப்போல் இவர்கள் நடத்தப்படுகிறார்கள்.

முடிவற்ற காலனியச் சுரண்டலுக்கு ஆட்பட்டிருக்கும் அர்ஜெண்டினா முதலில் ஸ்பெயினாலும், பின்னர் பிரிட்டனாலும், இப்போது அமெரிக்காவினாலும் சுரண்டப்படுவதை மிக விரிவாக விளக்கும் படமே *Hour of the Furnaces.* சே குவேராவுக்கு சமர்ப்பிக்கப்பட்டிருக்கும் இப்படத்தின் துவக்கத்திலேயே இயக்குநர் சில விஷயங்களை விளக்கி விடுகிறார்; முக்கியமாக,

இது ஒரு 'ஷோ' அல்ல; இந்தப் படம் பல புத்திஜீவித்தனமான விவாதங்களுக்கு உட்படுவது கூட இதன் நோக்கமல்ல; எங்கெங்கு மக்கள் புரட்சி நடந்துகொண்டிருக்கிறதோ அங்கெல்லாம் திரையிடப்பட்டு அவர்கள் தங்களின் போராட்டத்தைக் கூர்மைப்படுத்திக் கொள்ள இப்படம் உதவுமானால் அதுதான் எங்கள் நோக்கம்.

அடுத்து, அர்ஜென்டினாவின் அரசியல் வரலாறு சுருக்கமாகத் தரப்படுகிறது.

1916இல் அர்ஜென்டினாவில் நடந்த முதல் தேர்தலில் ஈரிகோஜென் (Irigoyen) வெற்றிபெறுகிறார். இரண்டு முறை (1916-22; 1928-30) அதிபராகத் தேர்ந்தெடுக்கப்பட்ட இவர் அர்ஜென்டினாவின் புகழ்பெற்ற சீர்திருத்தவாதி. ஆனாலும் இவரது ஆட்சிக் காலத்தில் அரசியலிலும், பொதுவாழ்விலும் ஊழல் என்பது ஒரு வாழ்க்கை முறையாகவே ஆனது. 1930இலிருந்து 1943 வரை மாறி மாறி ராணுவ பலத்துடன் ஏற்பட்ட ஆட்சிகள்; மற்றும் 1943இல் ராணுவத்தின் ஒரு பிரிவினரால் ஏற்பட்ட கலகத்தில் படம் விரிவாக கவனம் செலுத்துகிறது. அந்த ராணுவ அதிகாரிகளுள் ஒருவர்தான் Juan Domingo Peron. 1943இலிருந்து 1946 வரை இவர் தொழிலாளர் துறையை நிர்வகித்த போது – தொழிலாளர் இயக்கத்திற்கு மிகவும் புகழ்பெற்ற ஒரு நாடு அர்ஜென்டினா – தொழிலாளர்களின் வாழ்க்கை நிலையை உயர்த்த பெரும் முயற்சிகள் செய்தார். இதனால் தொழிலாளர்களிடையே இவரது செல்வாக்கு பெருகியது. ஈரிகோஜெனையே இவர் தனது அரசியல் குருவாகச் சொல்லிக் கொண்டார். இவரது செல்வாக்கு குறித்து பொறாமை கொண்ட இவருடைய சக தோழர்கள் இவரைக் கைது செய்து எங்கோ ஒரு தீவில் கொண்டுவிட்டனர். தொழிலாளர்களிடையே இதற்குத் தீவிரமான எதிர்ப்பு எழுந்தது. அப்போதுதான் Eva Duarte என்ற பாடகி அர்ஜென்டினாவின் அரசியலில் முன்னணிக்கு வருகிறார். மக்களை ஒருங்கிணைத்து பெரோன் விடுதலை அடைய பெரிதும் காரணமாயிருக்கிறார் ஏவா. அடுத்து வந்த தேர்தலில் பெரோனுக்கு மாபெரும் வெற்றி கிடைக்கிறது. இதை 'Personification of a mass movement' என்று வர்ணிக்கிறார் இயக்குநர்.

ஐம்பது வயதான பெரோன் இருபத்தைந்து வயதான ஏவா துவார்த்தேயை (எவிதா) மணந்துகொள்கிறார்.

ஜூன் 1946 இதிலிருந்து செப்டம்பர் 1955 வரை பெரோனின் ஆட்சி: தொழிலாளர்களுக்காக குரல் கொடுத்த பெரோன் பெரும் ஊழல் பேர்வழியாகவும் இருந்தார். இவரது ஆட்சிக் காலத்தில் இவர் ஐம்பது கோடி டாலர் பணத்தைச் சேர்த்திருந்தார். அதே சமயத்தில் அர்ஜென்டினாவில் முதல்முறையாக ஐந்தாண்டுத் திட்டம் இவரால்தான் உருவாக்கப்பட்டது. நாட்டைத் தொழில்மயமாக்கல், தொழிலாளர்களின் வேலை நேரத்தை ஒரு நாளில் எட்டு மணி நேரமாகக் குறைத்து ஒரு மாத போனஸ் அளித்தல், பெண்களுக்கு வாக்குரிமை போன்ற பல சீர்திருத்தங்களையும் செய்தார். ஆனாலும் இவரது ஆட்சி ஒரு மோசமான சர்வாதிகாரமாகத்தான் இருந்தது. ஆட்சிக்கு வரும் முன்பு இத்தாலியில் இருந்தபோது முசோலினியால் பெரிதும் கவரப்பட்ட இவர், ஹிட்லர் ஆதரவாளராகவும் இருந்தார். இரவு விடுதிகளில் பாதி நேரத்திற்கு அர்ஜன்டீனிய இசையையே இசைக்க வேண்டும் என்று இவர் கட்டளையிட்டது மேற்கண்ட விபரங்களுடன் இணைத்துப் பார்க்கப்பட வேண்டிய ஒன்று.

இவரது ஆட்சிக்கு எவிதாவும் பெரும் துணையாக இருந்தார். தொழிலாளர்துறை நிர்வாகியாக இருந்த எவிதா பெரோன் ஆதரவாளார் அனைவருக்கும் எல்லாவித வசதிகளையும் செய்து தந்தார். சேரிவாழ் மக்களை – தனித்தனியாக அவர்களின் பெயர்கள் – அவர்கள் குழந்தைகளின் பெயர்கள் உட்படத் தெரிந்து வைத்திருந்தார் எவிதா.

எவிதா 1952இல் புற்றுநோயால் இறந்தார். அவர் இறக்காமல் இருந்திருந்தால் 1955இல் பெரோனின் வீழ்ச்சி தவிர்க்கப்பட்டிருக்கலாம் என்று கருதப்படும் அளவிற்கு எவிதாவின் செல்வாக்கு அரசியலில் ஓங்கியிருந்தது. (எவிதாவின் பேச்சுக்கள், அவருடைய பாடல்கள் படத்தில் தரப்படுகின்றன.)

எவிதா இறந்ததும் பெரோன் Nelida Rivas என்ற 13 வயதுப் பெண்ணுடன் வாழ ஆரம்பித்தார். பிறகு இவர் நாடு கடத்தப்பட்டு ஸ்பெயினில் வாழ்ந்தபோது 13 வயதுப் பெண்ணைக் கற்பழித்த குற்றம் சாட்டப்பட்டு விசாரணைக்கு வேண்டி இவரை அர்ஜென்டினாவிற்குக் கொண்டு வர, இவருக்குப் பின்னால் வந்த ஆட்சியாளர்கள் முயற்சி செய்தனர். ஆனாலும் கொண்டு வர முடியவில்லை. பெரோன் ஸ்பெயினில் இருந்தபோது பனாமாவைச் சேர்ந்த நடனக்காரியான Isabel Martinezஐ மணந்து கொண்டார். அப்போது பெரோனின் வயது 70.

பெரோன் தனது ஆட்சியின் அடிப்படை முரண்பாடுகளை அவரது ஆட்சிக் காலத்தில் தீர்க்க முடியவில்லை. இதன் விளைவாக அரசாங்க கஜானா காலியாயிற்று. பெரோனின் தொழிலாளர் சார்பு காரணமாக ராணுவத்திடமிருந்து அவர் பலத்த எதிர்ப்பை சமாளிக்க வேண்டியதாயிற்று. இதிலிருந்துதான் சர்வாதிகாரத்தின் அடக்குமுறை ஆரம்பமாகிறது.

1951 தேர்தலில் தனக்குப் போதிய ஆதரவின்மையை உணர்ந்த பெரோன் தேர்தல் மோசடிகள் செய்து மீண்டும் ஆட்சியைக் கைப்பற்றினார். *La Prensa* என்ற புகழ்பெற்ற தினசரி பறிமுதல் செய்யப்பட்டு சில மாதங்கள் அதை மூடிவைத்து சில மாதங்கள் அதை வெளிவராமலேயே செய்தார். இச்செய்கை உலக அளவில் அவருக்கு பலத்த எதிர்ப்பை சம்பாதித்துக் கொடுத்தது. 1953இல் பெரோன் கலந்துகொண்ட ஒரு கூட்டத்திற்கு வெடிகுண்டு வைக்கப்பட்டது. பெரோனுக்கும் கத்தோலிக்கத் திருச்சபைக்கும் தினமும் முரண்பாடுகள் வலுத்தன. இரண்டு குருமார்களை நாட்டை விட்டு வெளியேற்றினார் பெரோன். வாடிகன் பெரோனை மதத்திலிருந்து பகிஷ்காரம் செய்தது.

மக்கள் புரட்சி ஒடுக்கப்பட்டது. மக்கள் போராட்டங்கள் வெடிகுண்டுகளால் தகர்க்கப்பட்டன. எண்ணற்ற பேர் உயிரிழந்தனர்.

இவையெல்லாம் இந்தப் படத்தில் மிக விரிவாக விவாதிக்கப்படுகிறது. இக்காட்சிகள் பெரும்பாலும் ரகசியமாகவே படமாக்கப்பட்டிருக்கின்றன. அர்ஜெண்டினா பற்றிய ஒரு நீண்ட அரசியல் ஆய்வு என்று சொல்லத்தக்க இந்தப் படத்தில் ஹெகல், மார்க்ஸ், சார்த்தர், ஃப்ரான்ஸ் ஃபானன், சே குவேரா ஆகியவர்களின் மிக முக்கியமான கோட்பாட்டு விளக்கங்கள் நம் முன் விரிவாக வைக்கப்படுகின்றன. படமக்கப்பட்ட விதத்தையும், புரட்சி பற்றிய நேர்முகத் தகவல்களையும் விவரிக்கிறார் இயக்குநர்.

8-10-67 அன்று சி.ஐ.ஏ.வினால் பொலிவியாவில் சுட்டுக் கொல்லப்பட்ட சே குவேராவின் முகம் தொடர்ந்து ஒரு மூன்று நிமிடங்களுக்கு காட்டப்படுகிறது. இத்துடன் படத்தின் முதல் பாகம் நிறைவடைகிறது.

1955 இலிருந்து 1966 வரையிலான காலகட்டத்தை *Decade of Violence* என்று சொல்லவேண்டும். 1955 ஜூனில் ராணுவத்தின் மிகப் பெரிய

எதிர்ப்பை பெரோன் சமாளித்தார். ஆனால் மீண்டும் அதே ஆண்டு செப்டம்பரில் ஏற்பட்ட ராணுவக் கலகம் வெற்றியடைந்தது. பெரோனை நாட்டை விட்டு வெளியேற்றினர்.

அந்த ராணுவ அரசு 1958 வரை நீடித்தது. 1958-இல் பெரோனின் ஆதரவையும், கம்யூனிஸ்டுகளின் ஆதரவையும் பெற்றவரான Dr. Frondizi தலைமையிலான ஆட்சி ஏற்பட்டது.

1962இல் நடந்த தேர்தலில் Dr. Frondizi பெரோன் ஆதரவாளர்கள் தேர்தலில் பங்கு பெற உரிமை அளித்தார். ஃப்ராந்திஸியின் இச்செய்கையினால் ராணுவம் இவரைத் தூக்கியெறிந்து, தங்கள் கைப்பாவையான Dr. Jose Maria Guido என்பவரை பதவியில் அமர்த்தியது. மீண்டும் 1963இல் ஒரு தேர்தல் நடந்தது. Dr.Arturo Illia அதிபரானார். இந்தத் தேர்தலில் பெரோன் ஆதரவாளர்களும் கலந்து கொண்டார்கள். ஆனால் யாருக்குமே வாக்களிக்காமல் காலிச் சீட்டுகளாக நிரப்பச் சொல்லி மாத்ரித் நகரில் இருந்த பெரோன் தனது ஆதரவாளர்களுக்கு செய்தி விடுத்தார்.

மீண்டும் 1965இல் நடந்த தேர்தலில் பெரோன் ஆதரவாளர்களுக்கு மிகப் பெரும் வெற்றி கிடைத்தது. இத்தேர்தலில் மொத்தம் 222 அரசியல் கட்சிகள் போட்டியிட்டன. பெரோனின் ஆதரவாளர்களுக்கும், ஏதிர்ப்பாளர்களுக்குமிடையே பல போராட்டங்கள் நிகழ்ந்து நாட்டின் அரசியல் நிலை கொந்தளிப்பிலேயே இருந்தது. கம்யூனிஸ்டுகளின் மீதும், பெரோன் ஆதரவாளர்களின் மீதும் Dr.Illia காட்டிய இரக்கத்தினாலும், தேர்தலில் பெரோன் ஆதரவாளர்களுக்குக் கிடைத்த பெரும் வெற்றியைச் சகிக்க மாட்டாமலும் 1966இல் ராணுவம் மீண்டும் ஆட்சியைக் கைப்பற்றியது.

லத்தீன் அமெரிக்காவின் முதல் நகரமான புவனோஸ் அய்ரஸ் உலகத்தின் ஐந்தாவது பெரிய நகரமாகக் குறிப்பிடப்படுகிறது. அர்ஜென்டினாவின் தலைநகரமான இந்த நகர் முழுதும் வானுயர்ந்த கட்டிடங்களைக் கொண்டிருக்கிறது. 460 அடி அகலமுள்ள உலகின் மிகப் பெரிய தெரு இங்குதான் உள்ளது. சாலையோரங்களில் நான்கு ஐந்து மைல் நீளமுள்ள பார்க்குகள், ஒரு லட்சம் பேர் அமரக்கூடிய ஸ்டேடியம், 16 தினசரிகள் (இரண்டு ப்ரெஞ்ச், இரண்டு ஜெர்மன், மற்றும் இதாலியன், ஆங்கிலம் இவற்றில்

ஒவ்வொன்று), 700 கலைக்கூடங்கள் இவையெல்லாம் இந்நகரத்தின் வேறு சில விசேஷ அம்சங்கள். இந்நகரத்தின் 'ரெகொலேத்தா இடுகாடு' *(Recoleta Cemetery)* மிகவும் புகழ்பெற்ற ஒன்று. "வாழ்நாள் பூராவும் ஆடம்பரமாக வாழ்வதை விட ரெகொலேத்தா இடுகாட்டில் புதைக்கப்படுவது அதிகம் செலவாகிற ஒன்று" என்று சொல்லப்படும் அளவுக்கு இங்கு கட்டணம் வசூலிக்கப்படுகிறது.

புவனோஸ் அய்ரஸ் அர்ஜென்டினாவிலிருந்து முற்றிலும் வேறுபட்ட நகரமாயிருக்கிறது. அர்ஜெண்டீனியருக்கே அந்நியர்களைப் போல் தோன்றும் புவனோஸ் அய்ரஸ் நகர மனிதர்கள் அர்ஜென்டீனிய மக்கள் தொகையில் மூன்றில் ஒரு பங்காக இருக்கிறார்கள். அந்த நாட்டின் நல்வாழ்வையே விலையாகக் கொடுத்து கட்டப்பட்ட நகரம் புவனோஸ் அய்ரஸ். ஆனால் அந்நகரைச் சுற்றியிருக்கும் மிகவும் அருவருக்கத்தக்க சேரிகளை கேமரா நமக்குக் காட்டுகிறது. ரயில் ஓடிக்கொண்டிருக்கும்போதே மிகவும் அபாயகரமான ஒரு பாலத்தில் கைநீட்டி பிச்சை கேட்டு ரயிலுடனேயே ஓடி வரும் நிர்வாணச் சிறுவர்களையும் படம் காட்டுகிறது. தொடர்ந்து, இம்மாதிரி ஆயிரக்கணக்கில் பெற்றோர்களால் புறக்கணிக்கப்பட்ட அனாதைச் சிறுவர்கள் அரசாங்கத்திற்குப் பெரும் பிரச்சினையாக இருக்கிறார்கள் என்ற அரசு அதிகாரியின் பேட்டி ஒன்றும் காட்டப்படுகிறது.

அர்ஜென்டீனியர்களின் குறுகிய மனப்பான்மை லத்தீன் அமெரிக்க நாடுகளில் மிகவும் பெயர் பெற்ற ஒன்று. மற்ற லத்தீன் அமெரிக்க நாடுகளை, அதன் மக்களை தாழ்ந்தவர்களாக மதிப்பது அர்ஜென்டினாவின் பொதுவான ஒரு தேசிய குணம். (அமெரிக்காவின் *Peace Corps*ஐ இவர்கள் தங்கள் நாட்டில் அனுமதிக்கவில்லை என்பது குறிப்பிடத்தக்கது). அதே சமயத்தில் வெளிநாடுகளில் போய் குடியேறுவதும் அர்ஜென்டினாவின் முக்கிய பிரச்சினைகளுள் ஒன்றாக இருக்கிறது.

பொதுவாக, புத்திஜீவிகளும் மக்கள் போராட்டத்தின்பால் அனுதாபமின்றி மேட்டுக்குடி மனப்பாங்குடனேயேதான் இருக்கிறார்கள். இதற்கு ஹோர்ஹே லூயிஸ் போர்ஹேஸை *(Jorges Luis Borges)* உதாரணம் காட்டுகிறார் இயக்குநர். நாடே பற்றி எரிந்துகொண்டிருக்கையில் போர்ஹேஸ் போன்ற புத்திஜீவிகள்

ஒன்று ஐரோப்பாவில் இருந்துகொண்டு தங்களின் மேட்டுக்குடிக் கலாச்சாரத்தைக் காப்பாற்றிக் கொண்டார்கள், அல்லது அர்ஜென்டினாவிலேயே இருந்துகொண்டு அங்கு நிகழ்ந்த மக்கள் போராட்டங்களைக் கண்டு கொள்ளாமல் இருந்தார்கள்.

மீண்டும் இறுதியாக அர்ஜென்டினாவின் அரசியல் நிலையில் படம் கவனம் செலுத்துகிறது. மக்களுக்கு அரசியல் சித்தாந்தம் பற்றிய எவ்விதமான தெளிவும் இருப்பதில்லை; அரசின் வன்முறை நிரந்தரமான, ஒருமுறைப் படுத்தப்பட்ட ரீதியில் இயங்கி வருகிறது; பல்கலைக்கழகங்களில் நவ காலனிய சித்தாந்தங்களின் ஊடுருவல், நாடு தழுவிய கலாச்சாரச் சுரண்டல், எங்கும் எதிலும் நவகாலனியக் கலாச்சாரத்தின் வெளிப்பாடுகள் இவை அனைத்தும் படத்தில் பேட்டிகளாக, செய்திப் பத்திரிகைக் குறிப்புகளாக, பாடல்களாக, கதைப்போக்கற்ற நிஜ சம்பவங்களாக, இயக்குநரின் நேரடிப் பேச்சுக்களாக நம்முன் வைக்கப்படுகின்றன. நாடு கலாச்சார ரீதியாக சுரண்டப்படுவதை மக்கள் அறியாத வகையில் பல்கலைக்கழகங்கள் பாதுகாத்து வருவதை படம் இரண்டு மூன்று வெட்டி ஒட்டுதல்கள் முலம் சாதிக்கிறது. பெண்களின் கால் உரோமத்தை அகற்றும் அலங்காரப் பொருள் ஒன்றின் விளம்பரம் காட்டப்படுகிறது; தொடர்ந்து ஒரு பல்கலைக்கழக மாணவன் படிக்கும் விஷயங்கள் பற்றிய குறிப்பு, இதை அடுத்து ஃப்ரான்ஸ் ஃபானன், சே குவேரா இருவரிடமிருந்து மேற்கோள்கள் – இப்படி அடுத்தடுத்துக் காட்டப்படுவதன் மூலம் செய்தி உணர்த்தப்படுகிறது. திரும்பத் திரும்ப சார்த்தர், சே குவேரா, ஃபானன் மூவரின் மேற்கோள்கள் முன் வைக்கப்படுகின்றன.

இப்படத்தின் மிக முக்கியமான அம்சமாகக் குறிப்பிடப் பட வேண்டியது இதன் இசை. படம் முழுதும் நம் மனதை உலுக்கக் கூடிய ஒரு பழங்குடி இசை.

படத்தின் முடிவில் 8.10.1967 அன்று பொலிவியாவின் கிராமம் ஒன்றில் சி.ஐ.ஏ.வினால் சுட்டுக் கொல்லப்பட்ட சே குவேராவின் முகம் மட்டும் மூன்று நிமிடங்களுக்குத் தொடர்ந்து காட்டப்படுகிறது. இசை இல்லை. எவ்வித சப்தமும் இருப்பதில்லை. சே குவேராவின் முகம் – அந்த மூன்று நிமிட கால மௌனம்: இது ஏற்படுத்திய ஒரு வலுவான, உளரீதியான விளைவை வேறு எந்தப் படமும் இவ்வளவு தீவிரமாக ஏற்படுத்தியதில்லை என்று சொல்லலாம்.

பாகம் 2

1985இல் *லத்தீன் அமெரிக்க சினிமா: ஓர் அறிமுகம்* என்ற நூலை எழுதி நானே வெளியிட்டேன். அப்போதெல்லாம் லத்தீன் அமெரிக்கா பற்றி எந்தப் பேச்சுமே கிடையாது. சே குவேரா என்றால் யார் என்றும் தெரியாது. இப்போதுதான் சினிமாக்காரர்களின் டி ஷர்ட்டில் புன்னகைக்கிறார் சே. அப்போது பெயரே தெரியாது. நான் *படிகள்* பத்திரிகையில் ஒரு புனைப்பெயரில் சே பற்றி ஒரு நீண்ட கட்டுரை எழுதியிருந்தேன். அதற்காக சே எழுதிய *Guerrilla Warfare, Bolivian Diary* என்ற இரண்டு புத்தகங்களையும் தில்லி அமைச்சகத்தின் பாதுகாப்புத் துறை நூலகத்திலிருந்து வாங்கிப் படித்தேன். என் பெயரில் எழுதினால் நக்ஸலைட் என்று உள்ளே தூக்கிப் போட்டுவிடுவார்கள் என்பதால் எனக்கு அந்தப் புத்தகங்களை இரவல் வாங்கித் தந்த நண்பரின் பெயரிலேயே எழுதினேன். லத்தீன் அமெரிக்க சினிமாவை இந்தியாவிலேயே முதல் முதலாக அப்போதுதான் தில்லியில் திரையிட்டார்கள். அந்த அரங்கத்தில் நானும் வெங்கட் சாமிநாதன் என்ற விமர்சகரும் மட்டுமே பார்த்தோம். "கமால் ஹெ பாயி... தோ ஆத்மி கேலியே ஏக் ஃபிலம் ஃபெஸ்டிவல் சல் ரஹா ஹே?!" என்று அந்தத் திரையரங்கின் மேனேஜர் கிண்டல் செய்துவிட்டு எங்களோடு மூன்றாவது ஆளாக வந்து அமர்ந்தார். அவர் அந்தப் படங்கள் பற்றி எழுத வாய்ப்பில்லை, சாமிநாதனும் எழுதவில்லை என்பதால் என்னுடைய லத்தீன் அமெரிக்க சினிமா புத்தகமே இந்தியாவில்... வேண்டாம்... இதில் எல்லாம் ஒரு பெருமையும் இல்லை. ஒரு தகவல், அவ்வளவுதான்.

ஜூலை 31, 2014

1.) Glauber Rocha

கடந்த தலைமுறையைச் சேர்ந்த எல்லா தமிழர்களையும் போலவே எனக்கும் எம்ஜியாரும் சிவாஜியும்தான் கனவு நாயகர்களாக இருந்தார்கள். படித்தது ஃப்ரெஞ்ச் மற்றும் ஆங்கில இலக்கியமாக இருந்தாலும் பார்த்தது என்னவோ எம்ஜியாரும் சிவாஜியும்தான். இரண்டு பேரில் யார் சிறந்தவர்கள்? நடிப்பிலா? எம்ஜியாருக்கு நடிக்க வராதே? அப்படியானால் *அன்பே வா* படத்தை பத்துப் பதினைந்து முறை எப்படிப் பார்க்க முடிகிறது? சிவாஜியைப் போல் நடிக்க ஆளே இல்லை. நடிகர் திலகம். *புதிய பறவையில்* 'பார்த்த ஞாபகம் இல்லையோ?' காட்சியில் சிவாஜி சிகரெட் குடிக்கும் ஸ்டைல், அந்த உடல் மொழி... யாருக்கும் வராது. பிறவி நடிகன்.

1978-இல் தில்லிக்குப் போகும் வரை சினிமா என்றால் இவ்வளவுதான் எனக்குத் தெரிந்திருந்தது. இப்படி இருந்த எனக்கு சர்வதேச சினிமாவை அறிமுகப்படுத்தியர் வெங்கட் சாமிநாதன். 1980-இல் தில்லியில் அவரை நான் சந்தித்தேன். அதற்குப் பிறகு என் வாழ்க்கையின் இலக்கு மாறிவிட்டது.

தில்லியில் ஆண்டு தோறும் நடந்துகொண்டிருந்த சர்வதேசத் திரைப்பட விழா ஒன்றில் *Focus on Latin America* என்ற பிரிவில் பல லத்தீன் அமெரிக்கத் திரைப்படங்கள் திரையிடப்பட்டன. எண்பதுகளின் முற்பகுதி. லத்தீன் அமெரிக்க இலக்கியத்தை மிகத் தீவிரமாகப் படித்துக்கொண்டிருந்த நேரம் அது. அதனால் அந்தப் படங்களின் சமூக அரசியல் பின்னணியோடு வெகு எளிதாக என்னைப் பொருத்திக்கொள்ள முடிந்தது.

அந்தத் திரைப்பட விழாவில் பார்த்த லத்தீன் அமெரிக்கப் படங்களை வைத்தே *லத்தீன் அமெரிக்க சினிமா - ஓர் அறிமுகம்* என்ற நூலை எழுதினேன். ஆனால் அதை வெளியிட பதிப்பகம் எதுவும் கிடைக்காததால் பிறகு நானே அதை வெளியிட நேர்ந்தது.

***

சினிமா என்ற பேச்சை எடுத்தாலே எல்லோரும் ஹாலிவுட்டிலிருந்து தான் ஆரம்பிக்கிறார்கள்; முடிக்கிறார்கள். இல்லாவிட்டால் ஜப்பானிய சினிமா (அகிரா குரஸவா), கொரியன் சினிமா (கிம் கி டுக்), ஈரானிய சினிமா. இதை விட்டால் வேறு பேச்சே இல்லை. மிகச் சிலருக்கு ஐரோப்பிய சினிமா பரிச்சயமாகி இருக்கிறது. அதுவும் பெர்க்மன், ஃபெலினி போன்ற பிரபலமான கலைஞர்கள்தானே தவிர *Ulrike Ottinger* போன்ற கலைஞர்கள் பற்றி யாரும் பேசுவது இல்லை. (உல்ரிக் ஒட்டிஞ்சரின் ஒருசில படங்களைப் பார்த்து ஒரு நீண்ட கட்டுரையும் எழுதியிருக்கிறேன். ஆனால் அவர் எடுத்த *Taiga (1992)* என்ற எட்டு மணி நேர ஆவணப்படம் இன்னும் எனக்குப் பார்க்கக் கிடைக்கவில்லை. ஒட்டிஞ்சர் வடக்கு மங்கோலியாவில் ஒரு ஆண்டு தங்கி எடுத்த படம் அது. டிவிடியின் விலை கிட்டத்தட்ட *25,000* ரூ என்று தெரிகிறது!)

மேற்படி சூழ்நிலையில் தென்னமெரிக்க சினிமா பற்றி உலக அளவிலேயே யாரும் கவனம் செலுத்துவது இல்லை. அதிலும் கூபா என்ற நாடு உலகில் உள்ள புத்திஜீவிகளின் கனவு தேசமாக இருப்பதால் கூபாவின் சினிமா பற்றி ஒரு சில புத்தகங்கள் எழுதப்பட்டுள்ளன. அதிலும் தொமாஸ் அலேயா *(Tomás Gutiérrez Alea)* சற்று அதிகப் பிரபலமாக இருக்கிறார். ஆனால் அலேயாவைப் போலவே, அல்லது அதைவிடவும் அதிக முக்கியத்துவம் கொண்ட இயக்குனர்கள் ப்ரஸீல், அர்ஜெண்டினா, மெக்ஸிகோ, வெனிஸுவலா போன்ற நாடுகளில் உருவாகி இருக்கிறார்கள்.

அவர்களில் முதல் முதலாகக் குறிப்பிடப்பட வேண்டியவர் க்ளாபர் ரோச்சா *(Glauber Rocha)* என்ற ப்ரஸீலிய இயக்குனர். அவருடைய *பூமியின் வயது* The Age of the Earth என்ற படத்தை தில்லித் திரைப்பட விழா ஒன்றில் பார்த்த போது நான் அடைந்த பரவசம் இன்னமும் எனக்கு ஞாபகத்தில் உள்ளது.

சிறு வயது ரோச்சா

1980-இல் தயாரிக்கப்பட்ட இந்தப் படமே துரதிர்ஷ்டவசமாக ரோச்சாவின் கடைசி படமாகவும் அமைந்துவிட்டது. நுரையீரலில் ஏற்பட்ட தொற்றுநோயால் ரியோ தி ஹனைரோவில் உள்ள ஒரு மருத்துவமனையில் இறந்த போது அவர் வயது *42*தான். *பூமியின் வயது* படத்தைப் பார்த்த போது ரோச்சாவை ஒரு மேதை என்றே எண்ணினேன். அப்போதெல்லாம் கணினி வசதி கிடையாது என்பதால் க்ளாபர் பற்றி மேலும் அறிந்துகொள்ள முடியவில்லை. பிறகு லத்தீன் அமெரிக்க சினிமா பற்றிய ஆய்வு நூல்களில் பார்த்த போதுதான் அது உண்மை என்று தெரிந்தது. மேதை என்று சொல்வதைவிட ரோச்சா ஒரு புதிதான சினிமா மொழியை உருவாக்கியவர் என்று சொல்லலாம். *பூமியின் வயது* படத்தை நம்மால் ஒரே அமர்வில் பார்க்க முடிகிறதா, உள்வாங்கிக்கொள்ள முடிகிறதா என்பது ஒரு சவால். ஏனென்றால், சினிமா என்றால் நம் மனதில் என்னென்னவெல்லாம் அர்த்தமாகிறதோ அது

அனைத்திலிருந்தும் வேறுபட்டதாக இருக்கும் ரோச்சாவின் சினிமா. சத்யஜித் ரே, கிம் கி டுக் என்று யாராக இருந்தாலும் அவர்களுடைய சினிமாவிலிருந்து வேறு ஏதோ ஒரு இடத்தில் இருப்பவர் ரோச்சா. கிட்டத்தட்ட ஒரு வேற்றுக்கிரகத்து மனிதனைப் பார்த்தால் அது நமக்கு எந்தவித அதிர்வையும் தாக்கத்தையும் தருமோ அதுதான் ரோச்சாவின் சினிமா. சப் டைட்டில் இல்லாமல் ரோச்சாவின் படங்களைப் பார்ப்பதில் அர்த்தம் இல்லை. காரணம், அவருடைய வசனங்கள் அவ்வளவு வலுவானவை, கவித்துவமானவை, அரசியல் ரீதியான முக்கியத்துவம் கொண்டவை. ஆனால் ரோச்சாவை நான் வேற்றுக்கிரகத்து ஜீவி என்று சொன்னதை ஒருவர் புரிந்துகொள்ள வேண்டுமானால் இரண்டரை மணி நேரம் ஓடக் கூடிய *பூமியின் வயது* படத்தின் முதல் 26 நிமிடங்களைப் பார்த்தால் போதும். இந்த 26 நிமிடங்களுக்கு வசனம் கிடையாது.

முதல் காட்சி சூரியோதயம். நான்கு நிமிடங்களுக்கு நீடிக்கும் இசை. ஆதிகுடிகளின் இசையும் நவீன இசையும் கலந்து, இதுவரை நம் வாழ்விலேயே கேட்டிராத *mystic* தன்மை கொண்டிருக்கிறது. இந்த நான்கு நிமிடங்களும் கேமரா கோணத்தில் எந்த மாற்றமும் இருப்பதில்லை. நான்காவது நிமிடத்திலிருந்து அடுத்த பதினான்கு நிமிடங்கள் ஆடையில்லாத ஆதி மனிதர்களைப் போல்

தோற்றமளிக்கும் உருவங்களின் குறியீட்டுத் தன்மை கொண்ட அசைவுகள். இந்தக் காட்சிக்குப் பிறகு - அதாவது பதினெட்டாவது நிமிடத்தில்தான் தற்காலத்திய ஆடை அணிந்த மனிதர்களையே பார்க்கிறோம். அதுவும் ஒரு கார்னிவல்தான். இப்படியாக இந்த இசை கார்னிவல் எந்த வசனமும் இல்லாமல் 26 நிமிடங்கள் தொடர்கிறது. அடுத்த காட்சியில் Brahms (ப்ராம்ஸ்தான் எதிர் கிறிஸ்து) பத்து நிமிடங்களுக்கு ப்ரஸீலின் அரசியல் பற்றிப் பேசிக்கொண்டிருக்கிறார். ஒரே ஒருவர் அவர் பேசுவதைக் கேட்கிறார். ஆனால் குறுக்கிட மாட்டார். கேமரா கோணத்தில் மாற்றம் இல்லாமல் ஒரு பாத்திரம் பத்து நிமிடங்களுக்குப் பேசிக்கொண்டிருப்பதை கற்பனை செய்து பாருங்கள்.

இதேபோல் அதற்குப் பிறகும்கூட படத்தில் எந்தக் கதையும் கிடையாது. நான்கு விதமான கிறிஸ்துகள் வருகிறார்கள். ஒரு எதிர் கிறிஸ்து வருகிறார். அவர்களுக்கிடையிலான தத்துவ, சமூக, அரசியல், கலாச்சார விவாதங்களும் ஊடாடல்களும்தான் படம். படிமங்களும், குறியீடுகளும், உருவகங்களும், நீண்ட பேச்சுகளும், பாடல்களும், ஆட்டங்களும் கொண்ட ஒரு நீண்ட சர்ரியலிஸக் கவிதையே *பூமியின் வயது*.

சினிமா என்றால் சலன சித்திரம் என்கிறோம். ஆனால் ரோச்சாவின் சினிமாவில் சலனமே இருப்பதில்லை. பாத்திரங்களின் நீண்ட பேச்சும், நடை உடை பாவனையும் நமக்குள் ஒருவிதமான மயக்கநிலையை (hallucination) உருவாக்குகின்றன. பாத்திரங்கள் நடக்கும் போதுகூட ஏதோ நிலவில் நடப்பது போல், மிதப்பது போல் நடக்கிறார்கள். கையை உயர்த்துவதுகூட அப்படித்தான் இருக்கிறது. திடீரென்று ஒரு பாத்திரம் வந்து கேமரா முன்னால் இப்படிச் சொல்லி விட்டு மறைகிறது:

“ஒவ்வொரு நிமிடமும் அற்புதங்கள் நிகழ்ந்துகொண்டே இருக்கின்றன. சமுத்திரத்தில் இருக்கும் மீன்களைப் பாருங்கள். விருட்சத்தில் இருக்கும் கனிகளைப் பாருங்கள். பூமியில் இருக்கும் கிழங்குகளைப் பாருங்கள். அவையெல்லாம் மனிதனுக்கு உணவாக இருக்கின்றன.”

ஒவ்வொரு காட்சியும் ஒவ்வொரு சடங்கு என்பதாகவே எடுக்கப்பட்டிருக்கும் இந்தப் படத்தில் திடீரென்று கேமரா

தலைகீழாக மாறுகிறது, சுற்றுகிறது, ஆடுகிறது. திடீரென்று ப்ராம்ஸாக நடிப்பவர் உணர்ச்சிவசப்பட்டு கீழே விழுந்து விடுகிறார். உடனே ஸாரி க்ளாபர், இன்னொரு முறை முயற்சி செய்கிறேன் என்று படத்தின் இயக்குனரை நோக்கிச் சொல்லி விட்டு மீண்டும் அந்தக் காட்சியில் நடிக்கிறார் நடிகர். பாத்திரங்கள் ஒரே வசனத்தைப் பல தடவைகள் திரும்பத் திரும்பச் சொல்கிறார்கள். சில காட்சிகள் தொடர்ச்சியாக திரும்பத் திரும்ப வருகின்றன. ஒரு காட்சி அப்படி ஐந்து முறை திரும்ப வருகிறது. மற்றொரு காட்சியில், ஒருவன் எட்டு முறை தான் சொன்னதையே திரும்பத் திரும்ப சொல்கிறான்.

"சுதந்திரம், குடியாட்சி, அடிமைகளை ஒழித்தது இதெல்லாம் நம் மக்கள் சாதித்தவை. அதனால்தான் அவர்களை என் உயிரைக் கொடுத்தாவது காப்பாற்றுவேன் என்கிறேன். வன்முறையில் ஈடுபடுவதாக இருந்தாலும் மிக உயர்வான மனித உரிமைகளைப் பேணுவதற்காகவே அதில் ஈடுபடுவேன் என்பதை நான் அறிந்திருக்கிறேன்."

மேற்கண்ட வசனத்தை ஒரு ஆள் மிக மெதுவாக எட்டு முறை திரும்பத் திரும்ப சொல்லிக்கொண்டிருக்கிறார் என்றால் அதை எப்படி நீங்கள் எடுத்துக்கொள்வீர்கள்? படத் தொகுப்பில் ஏதோ பிரச்சினை என்றுதானே? ஆனால் அப்படி இல்லை. அந்தப் பாத்திரம் மேற்கண்ட வசனத்தை சொல்லச் சொல்ல அவன் குடித்துக் கொண்டிருக்கும் ஒயின் குறைந்துகொண்டே இருக்கிறது. அவன் குடித்துக் கொண்டிருக்கும் சுருட்டு குறைந்துகொண்டே இருக்கிறது.

பல இடங்களில் படம் ரோச்சாவின் அந்தரங்க டயரி போல் இருக்கிறது. படம் இரண்டு மணி நேரம் கடந்த நிலையில் ரோச்சா நேரடியாகத் தன் குரலில் பின்னணியிலிருந்து பேசுகிறார். அந்தப் பேச்சை அப்படியே தருகிறேன்:

"The day the great Italian poet Pasolini was murdered I thought of making a film about the life of Christ in the Third World. Pasolini filmed the life of Christ just as John XXIII was overcoming the ideological paralysis of the Catholic Church with regard to the problems of the underdeveloped peoples of the third world and the European working class. It was the rebirth, the resurrection of a Christ who was not adored on the Cross but a Christ who was revered, revolutionary and experienced in the ecstasy of resurrection. Over Pasolini's dead body

I saw of Christ as a new, primitive phenomenon in a very primitive, very new civilization. Twenty, thirty, forty, fifty million years. Science, physics, archeology, anthropology... all the sciences that materialize desire. Language itself is lost. Portuguese cannot adequately express our knowledge of a past devoid of memory. 500 years of white, Portuguese, European civilization mixed with Indians and blacks. And millennia immeasurable by mathematical time or folly. We don't know where they come from, not even the nebula of chaos of nothingness. In other words: God or nothing. If you don't believe in God, you believe in nothingness. If nothingness is God, then History is very swift, fantastically swift. A lysergic despair undefinable by any Word that might define the meaning of the pyramid.

Here in Brasilia, for instance, on this fantastic stage at the heart of the Brazilian plains, the radiant source, the light of the Third Word, a metaphor unrealized by History... but it fulfills a sense of greatness: The vision of paradise. That pyramid, this pyramid is the dramatic geometry of the social State. Power is at its zenith. Its foundations lie below us and then the intricate labyrinths of class mediations . All of it in the theatre. Quite the city and the jungle. Brasilia is Eldorado, 'Eldorado.' An entire ideology of love focused by Christianity which is a religion of the African, Asian, European and Latin American peoples, of all the peoples... Christianity that occurs not only within the Catholic Church, but also in all the other religions that find the figure of Christ within their deepest, innermost, most eternal, subterranean or forgotten symbols... A Christ who is not dead but alive and preaching love and creativity. The search for eternity and victory over death because death is a structure determined by a fatalistic code possibly sexual or genetic in origins... who knows? Death can be vanquished.

So, civilization is a small thing before Christ and after Christ. A technological, economic development in Europe... Mercantilism, capitalism, neo-capitalism, socialism, trans-capitalism, trans-socialism, anarcho-constructivism... All mankind's despair in its search for the perfect society. Utopias, the march of society.

Religious conflicts between Catholics and Protestants have brought about explosions, navigations and wars. Moorish invasions in Europe, Christian invasions in North Africa, Spain, Portugal and England, occupied America, the other shore, Massacred Indians, imported blacks... Wars of independence, land wars, industrial wars, land wars and industrial wars, industrial wars and land wars, civil wars, uprisings, dictators, wars, guerrillas, revolutions, Coup d'etat, democracies, regressions, advances, retreats, sacrifices, martyrdoms... The progress of America, of North America... American technological progress leads civilization into the world of twentieth century... The Soviet revolution, the Soviet Revolution of 1917 led by Lenin, Trotsky and Stalin utterly subverts North American capitalist discourse... Meanwhile, the underdeveloped people of Latin America, of Africa and of Asia pay the price for the technological development of Europe, of the United States, of capitalist Europe, of socialist Europe, of Catholic Europe, of Protestant Europe, of atheist Europe, of the United States...

Underdevelopment is at the base of the pyramid. The underdeveloped are powerless. They all hope for peace. Everyone must seek peace. A dialectical synthesis of capitalism and socialism shall come to pass I am sure of it... And the Third World shall see the birth of a new true democracy. Democracy is neither socialist, communist nor capitalist... Democracy has no adjectives... Democracy is the reign of the people. De-moc-ra-cy is the un-reign of the people... We all know we are dying of hunger in the Third World. We all know about the poor children, the forgotten elderly, the insane, the hungry, so much poverty, so much ugliness, so much misfortune. We all know this. An economic, social, technological, cultural, spiritual, sexual revolution is needed so that people may truly experience pleasure...

Brazil is a large country... Latin America, Africa - one cannot think of a single country. We must multinationalize and internationalize the world... an inter-democratic regime... with the great contribution of Christianity and other religions, all religions... Christianity is the same as all other religions. Between the understanding of the religions and politicians who have converted to love...

க்ளாபர் ரோச்சாவின் இந்த நீண்ட பேச்சுக்குப் பிறகு ஒரு பெரிய கார்னிவலோடு படம் முடிகிறது.

இந்தப் படத்தின் இன்னொரு விசேஷம், இதன் நீண்ட காட்சிகளை நாம் எந்த முறையில் வேண்டுமானாலும் மாற்றி மாற்றித் திரையிட்டுப் பார்த்துக்கொள்ளலாம், ஹூலியோ கொர்த்தஸாரின் *(Julio Cortazar) Hopscotch* நாவலைப் போல.

***

க்ளாபர் ரோச்சாவுக்கும் மற்ற உலகப் புகழ் பெற்ற இயக்குனர்களுக்கும் என்ன வித்தியாசம் என்றால், ரோச்சா சினிமாவில் ஒரு புதிய மொழியை உருவாக்கியவர்.

க்ளாபரின் படங்களைப் பார்த்த போது இதெல்லாம் *baroque mysticism* என்று நினைத்தேன். அதற்கு முன்னால் அந்த வார்த்தைகளை ஒன்று சேர நான் கேள்விப்பட்டதே இல்லை. பரோக் பாணி வேறு, மிஸ்டிஸிஸம் வேறு. ஆனால் க்ளாபரின் படங்களைப் பார்த்த போது எனக்குத் தோன்றியது, இது *baroque mysticism* என்று. பின்னர், க்ளாபரின் படங்களைப் பற்றிய ஆய்வு நூல்களைப் படித்த போது இதே வார்த்தையை ஒருவர் பயன்படுத்தியிருந்ததைப் பார்த்து பூமிக்கும் ஆகாயத்துக்குமாகக் குதித்தேன். ஏன் என்று விளக்கத் தேவையில்லை. என்னைப் பற்றி எனக்கே ஒரு அனுமானத்தைக் கொடுத்த தருணம் அது. ஆனால் நீங்கள் விக்கிபீடியாவில் தேடினால் க்ளாபரின் படங்கள் பரோக் மிஸ்டிஸிஸம் என்று போட்டிருந்தால் நான் அம்பேல். எனக்குத் தெரியும், அது என்னளவில் நான் கண்டு பிடித்தது என்று.

***

ஸால்வதோர் என்ற கடற்கரை நகரம் ப்ரஸீலின் வடகிழக்கு மாநிலமான பஹியாவின் தலைநகரம். மூன்றாம் உலக நாடுகளில் எழுபதுகளுக்குப் பிறகு நிகழ்ந்த நகரமயமாதலைத் தொடர்ந்து கிராமங்கள் கொஞ்சம் கொஞ்சமாக அழிந்து அங்கே வாழ்ந்த மக்கள் அனைவரும் நகர்ப்புறங்களுக்கு இடம் பெயர்ந்தனர். வீடு, கல்வி, சுகாதாரம் போன்ற வாழ்வாதாரங்கள் இல்லாததால் அந்தக் கிராம மக்கள் நகர்ப்புறங்களில் சேரிகளை உருவாக்கினர். நகரத்தின் விளிம்பிலும், நகரத்தின் உள்ளேயே சாக்கடைகளுக்கு அருகிலும் எலிகளையும் பன்றிகளையும் போல் நகரக் கழிவுகளாக வாழ்வதற்கு நிர்ப்பந்திக்கப்பட்டனர் அந்த மக்கள்.

இப்படி நகரக் கழிவுகளாய்ப் போய் விட்டவர்களைப் பற்றிய ஒரு படம்தான் *Fernando Meirelles, Katia Lund*-உடன் சேர்ந்து இயக்கிய *City of God (2002)*. ஒளிப்பதிவு, இயக்கம், படத் தொகுப்பு, திரைக்கதை ஆகிய நான்கு பிரிவுகளில் ஆஸ்கர் பரிசு பெற்றதால் உலகெங்கும் பிரசித்தி பெற்ற படம். எழுபதுகளில் ரியோ தி ஹனைரோவின் சேரிப் பகுதி மக்களைப் பற்றிப் பேசுகிறது இந்தப் படம்.

இவர்கள் நகரத்துக்கு வருவதற்கு முன்பு கிராமங்களில் எப்படி வாழ்ந்தார்கள் என்பதை மிகுந்த கவித்துவத்தோடு சொல்லும் படம் க்ளாபர் ரோச்சாவின் *பார்ராவெந்த்தோ (Barravento, 1962).* வருத்தத்திற்குரிய விஷயம் என்னவென்றால், நமக்கெல்லாம் *City of God* பற்றித் தெரிகிறது. ஆனால் தென்னமெரிக்காவின் மகத்தான கலைப்படைப்புகளில் ஒன்றான *Barravento* பற்றித் தெரியவில்லை. *பார்ராவெந்த்தோ* க்ளாபரின் முதல் படமும்கூட. இதற்கு முன்பு அவர் இரண்டு குறும்படங்கள் எடுத்திருக்கிறார்.

இன்று ஸால்வதோர் நகரம் நம்முடைய கோவாவைப் போல் ஒரு சுற்றுலா நகராக மாறிவிட்டது. ஸால்வதோர் நகரைச் சுற்றியிருந்த கடல்புர கிராமங்களில் வாழ்ந்த மக்கள் யாவரும் நகங்களின் விளிம்புகளில் உள்ள சேரிகளுக்குத் துரத்தப்பட்டு இன்று பன்றிகளைப் போல் வாழ்ந்துகொண்டிருக்கின்றனர்.

க்ளாபர் 1960கள் மற்றும் 1970களில் கவலைப்பட்ட ப்ரஸீலின் வறுமை இன்றும் எந்த மாற்றமும் இல்லாமல் அப்படியேதான் இருக்கிறது. அதிலும் ப்ரஸீலிலேயே அதிக வறுமை தெரிவது வடகிழக்கு மாநிலங்கள்தான். ரியோ தி ஹனைரோவின் சேரிகளிலும் எந்த மாற்றமும் இல்லை. அதனால்தான் சமீபத்தில் நடந்து முடிந்த உலகக் கால்பந்தாட்டப் போட்டிகளுக்குக்கூட ப்ரஸீலில் போதுமான வரவேற்பும் ஆதரவும் இல்லை. ரியோ தி ஹனைரோ என்ற நகரமே போதை, வன்முறை, வறுமை போன்ற பிரச்சினைகளால் சூழ்ந்த ஒரு சேரியாக மாறி விட்டது.

City of God எடுக்கப்பட்டு பத்தாண்டுகளுக்குப் பிறகு ரியோ தி ஹனைரோவின் நிலைமை என்ன என்பது பற்றி இந்தக் குறும்படம் விளக்குகிறது. அந்தப் படத்தில் நடித்த பிரதான நடிகர்கள் நிஜமாகவே அந்தச் சேரிகளில் வாழ்ந்தவர்கள். அவர்கள் பத்தாண்டுகளுக்குப் பிறகு பேட்டி காணப்பட்டிருக்கிறார்கள். இன்று வரை (2012) ப்ரஸீலில் கறுப்பின மக்களின் வாழ்வில் எந்த முன்னேற்றமும் இல்லை; ஓரினச் சேர்க்கையாளர்கள்கூட போராடி தங்கள் உரிமைகளைப் பெற முடிகிறது. ஆனால் கறுப்பின மக்களுக்கு விடிவே இல்லை என்கிறார் ஒரு நடிகர்.

இதைத்தான் க்ளாபர் ரோச்சா தன்னுடைய எல்லா படங்களிலும் பேசினார். ஆஃப்ரிக்காவிலிருந்து இறக்குமதி செய்யப்பட்ட

கறுப்பர்கள் இன்னமும் ப்ரஸீலில் அடிமைகளாகவே இருக்கிறார்கள். இதுதான் க்ளாபரின் படைப்புலகில் நாம் காணும் மீளாத் துயரம்.

பாரவெந்த்தோ படத்திலிருந்து ஒரு காட்சி

பார்ராவெந்த்தோ படத்தில் நகரத்திலிருந்து வந்த ஃபர்மினோ அவனுடைய உறவுக்காரர்களான மீனவ மக்களிடம் கேட்கிறான். "இது என்ன ஆஃப்ரிக்காவா? இது ப்ரஸீல். முதலாளிகள் கடவுள் பெயரைச் சொல்லிக்கொண்டு நம்மை சுரண்டிக்கொண்டிருக்கிறார்கள். நீங்களும் கடலிலேயே மீன் பிடித்து மீன் பிடித்துச்சாகிறீர்கள்..." இந்த வசனத்தைக் கேட்கும் போது ஏதோ ஒரு தமிழ் முற்போக்கு நாவலில் ஒரு கதாபாத்திரம் பேசுவது போல் இருக்கும். ஆனால் க்ளாபர் ஏழ்மையும் அவலமும் சினிமாவில் எப்படி கலையாக மாறுகிறது என்பது பற்றிய ஒரு திட்டவட்டமான பார்வையைக் கொண்டிருந்தார். க்ளாபர் ரோச்சாவும் நெல்ஸனும் *(Nelson Pereira dos Santos)* இன்னும் சில ப்ரஸீலிய இயக்குனர்களும் புதிய சினிமா *(Cinema novo)* என்ற இயக்கத்தின் மூலம் சினிமாவுக்கான ஒரு புதிய அழகியலை உருவாக்கினார்கள். அந்த இயக்கத்தின் கொள்கை அறிக்கை என்று சொல்லக் கூடிய *An Esthetic of Hunger* என்ற கட்டுரையில் க்ளாபர் சொல்வதன் சுருக்கம்:

"ஒரு லத்தீன் அமெரிக்கன் தன் துயரத்தைச் சொல்லி அழும் போது அதைக் காணும் அந்நியன் அந்தத் துயரத்தை ரசிக்கும்

பழக்கத்தை உருவாக்கிக் கொள்கிறான். அவனுக்கு அது ஒரு அழகியல் சார்ந்த விஷயமாக இருக்கிறது, அவ்வளவுதான். லத்தீன் அமெரிக்கன் தன்னுடைய உண்மையான துயரத்தை 'நாகரீகம்' அடைந்த ஐரோப்பியனிடம் வெளிப்படுத்தவில்லை; ஐரோப்பியனும் லத்தீன் அமெரிக்கனின் உண்மையான துயரத்தைப் புரிந்துகொள்ளவில்லை."

(சத்யஜித் ரே போன்ற இந்தியக் கலைஞர்களுக்கு ஐரோப்பாவில் கிடைத்த மிகப் பெரிய அங்கீகாரத்தை இதே கோணத்தில்தான் நாம் பார்க்க வேண்டும். இந்திய வறுமையை ஐரோப்பிய அழகியல் பாணியில் சத்யஜித் ரே உருவாக்கியதால் ஐரோப்பியனால் அதை 'ரசிக்க' முடிந்தது. இது பற்றி நான் பல கட்டுரைகளில் குறிப்பிட்டிருக்கிறேன். அப்படிச் சொல்லும் போதெல்லாம் சினிமா விமர்சகர்களால் நான் ஒரு தீண்டத் தகாதவனைப் போல் நடத்தப்பட்டிருக்கிறேன்.)

இதே தளத்திலிருந்துதான் க்ளாபரும் மற்ற *சினிமா நோவோ* படைப்பாளிகளும் பெர்க்மன் போன்ற ஐரோப்பியக் கலைஞர்களையும் கடுமையாக விமர்சிக்கிறார்கள். என்னதான் ஆர்ட் சினிமாவாக இருந்தாலும் அவர்களும் ஒரு கேளிக்கையைத்தான் தருகிறார்கள். ஒரே வித்தியாசம், கலாபூர்வமான கேளிக்கை. *Ana M. Lopez, An 'Other' History : The New Latin American Cinema* என்ற நீண்ட கட்டுரையில் குறிப்பிடும் ஒரு விஷயம் இந்தக் கருத்துக்கு வலு சேர்க்கும்.

"பல லத்தீன் அமெரிக்க இயக்குனர்கள் சினிமாவின் வழக்கமான தன்மைகளை demystify செய்தார்கள். உதாரணமாக, கூபாவின் Humberto Solas. Lucia (1969); சீலேயின் Miguel Littin: The Promised Land (1973-74); ப்ரஸீலின் க்ளாபர் ரோச்சா: Antonio das Mortes (1968).

ஐரோப்பிய சினிமாவிலிருந்து முற்றிலும் வேறுபட்ட லத்தீன் அமெரிக்க சினிமா லத்தீன் அமெரிக்கர்களின் முகங்களைக் காட்டியது. அவர்களுடைய தேசங்களின் பிரச்சினைகளைப் பேசியது. அவர்களுடைய தேசிய குணங்களையும் வெகுஜன கலாச்சாரத்தையும் கொண்டாடியது. அந்த நாடுகளின் நோய்க்கூறுகளைக் காண்பித்தது. எதார்த்தத்தைப் பிரதிபலித்தது. வரலாற்றைக் கணக்கில் எடுத்துக்கொண்டது. அதுவரை இல்லாத

புதிய சினிமா இலக்கணத்தைக் கொண்டதாக இருந்தது. வெகுஜன சினிமா இலக்கணத்தைத் தலைகீழாக மாற்றியும், கட்டுடைப்பு செய்தும் 'புதிய' கதைகளையும் 'புதிய' உண்மைகளையும் பேசியது. இதன் இன்னொரு முக்கியமான தன்மை, இந்தப் புதிய லத்தீன் அமெரிக்க சினிமா வெகுஜன சினிமாவுக்குரிய எந்தத் தயாரிப்பு மற்றும் வெளியீட்டு முறைகளையும் பின்பற்றவில்லை. சினிமாவுக்கும் பார்வையாளருக்குமான உறவுகூட இந்தப் புதிய சினிமாவில் வேறு மாதிரி இருந்தது. இந்த சினிமா மிகவும் சுதந்திரமாக இயங்கியது. தொழில் முறையிலான சினிமாவிலிருந்து விலகி விளிம்பில் இருந்தது."

லோபஸின் கூற்றைப் புரிந்து கொள்ள வேண்டுமானால் நீங்கள் க்ளாபரின் *Barravento, Black God White Devil, Antonio das Mortes* போன்ற படங்களையும், ஃபெலினியின் *La Strada, 8 ½* என்ற படங்களையும் ஒப்பு நோக்கிப் பார்க்கவேண்டும். க்ளாபரின் படங்களில் க்ளோஸப் ஷாட்டுகள் அனைத்தும் அந்தக் கதை நடக்கும் பிராந்தியத்தைச் சேர்ந்த மக்களின் முகங்களாகவே இருக்கும். அவர்களின் பெயர் தெரியாது. அவர்களின் கதை தெரியாது. அந்த சினிமாவுக்கும் அவர்களுக்கும் என்ன சம்பந்தம் என்று அவர்களுக்குத் தெரியாது. ஆனால் அவர்களின் முகங்கள் க்ளோஸப் ஷாட்டுகளில் காண்பிக்கப்படும் போது க்ளாபர் என்ன சொல்ல வருகிறார் என்று நமக்குப் புரிந்துவிடும். அதுதான் லத்தீன் அமெரிக்காவின் உண்மையான சினிமா. ஆனால் ஐரோப்பிய சினிமா ஒட்டு மொத்த மக்களின் வரலாற்றைப் பேசுவதில்லை. ஒவ்வொரு தனிமனிதனைப் பற்றிப் பேசியது. ஆஃப்ரிக்காவிலிருந்து அடிமைகளாகப் பிடிக்கப்பட்டு வந்த கறுப்பின மக்கள் இன்னமும் அடிமைகளாகவே இருக்கிறார்கள் என்பதை அவர்களுடைய முகங்களின் க்ளோஸப் ஷாட்டுகளில் நமக்குச் சொல்கிறார் க்ளாபர். இது க்ளாபரின் சினிமாவுக்கும் மற்ற சினிமாவுக்கும் உள்ள ஒரு அடிப்படையான வித்தியாசம்.

லோபஸ் குறிப்பிடும் *demystification,* க்ளாபர் ரோச்சாவிடம் *demystification* என்பதையும் தாண்டி *anarchy* என்ற அளவுக்குப் போய்விடுகிறது. ஒரு பாத்திரம் ஒரே வசனத்தைத் திரும்பத் திரும்ப ஏழெட்டு முறை பேசுவது, கேமராவுக்குப் பைத்தியம் பிடித்துவிட்டது போல் தலைகீழாகச் சுழல்வது, ஆடுவது,

கேமராவை இருபது நிமிட நேரம் ஒரே நிலையில் ஆடாமல் அசையாமல் வைத்திருப்பது, நடிகர் இயக்குனரைப் பார்த்து அடுத்த ஷாட்டில் சரியாக நடித்துவிடுகிறேன் என்று சொல்வது, இயக்குனரே பின்னணியில் பத்து நிமிடத்துக்கு ப்ரஸீலின் அரசியல், சமூக அவலங்களைப் பற்றி லெக்சர் கொடுப்பது, எல்லா பாத்திரங்களுமே *psychedelic*-ஆக இயங்குவது, கதை அற்ற தன்மை, *fragments* - *பூமியின் வயது* படத்தை எப்படி வேண்டுமானாலும் காட்சிகளை மாற்றிப் போட்டுப் பார்க்கலாம் என்று அறிவித்தார் க்ளாபர். எந்தக் காட்சியை வேண்டுமானாலும் எந்த இடத்திலும் மாற்றி மாற்றிப் போடலாம். அந்த அளவுக்கு ஒவ்வொரு காட்சியும் ஒன்றுக்கொன்று தொடர்பான *linear* தன்மை அற்றதாக இருக்கும். யோசித்துப் பாருங்கள். ரஜினியின் ஒரு படத்தில் 70 காட்சிகள் இருக்கின்றன என்றால் சீட்டுக்கட்டுகளைக் கலைப்பது போல் காட்சிகளை மாற்றிப் போட்டால் எப்படி இருக்கும்! க்ளாபரின் *பூமியின் வயது* படத்தின் 70 காட்சிகளையும் மாற்றி மாற்றிப் போட்டால் எத்தனை எண்ணிக்கை கிடைக்கும்? எனக்குக் கணிதம் தெரியாது. *Infinity* என்று நினைக்கிறேன். இந்த *madness*தான் க்ளாபரின் *anarchy*.

பூமியின் வயது படத்திலிருந்து ஒரு காட்சி

இது பற்றி இன்னும் விரிவாக பிறகு பார்ப்போம். இப்போது க்ளாபரின் *வறுமையின் அழகியல்* கட்டுரைக்குள் செல்வோம்.

“இதுதான் ப்ரஸீல் கலை இலக்கியத்தின் இன்றைய நிலை. ஐரோப்பியப் பார்வையாளனுக்கு ஏழை நாடுகளின் கலைப் படைப்புகள் தொல்குடி சமூகத்துக்கான ஏக்கமாக (*nostalgia for primitivism*) மட்டுமே இருக்கிறது. இந்தத் தொல்குடித்தன்மை ஒரு

உயர்ரக (*hybrid*) வடிவமாக, 'நாகரீக உலகின்' புராதன வடிவம் என்ற போர்வையில் உருவாக்கப்படுகிறது. இந்தப் புராதனம் காலனியாதிக்கத்தினால் நிர்ணயிக்கப்படுவதால் இது லத்தீன் அமெரிக்கனின் அசலான தன்மையைக் கொண்டிருக்கவில்லை. லத்தீன் அமெரிக்கா இன்றும் ஒரு காலனியாகத்தான் இருந்து வருகிறது. ஒரே வித்தியாசம், இப்போது காலனியாதிக்கம் நேரடியாக அல்லாமல் கொஞ்சம் மறைமுகமாக வேலை செய்கிறது.

அரசியல் மற்றும் பொருளாதார ரீதியான காலனியாதிக்கம் நம்மை தத்துவரீதியாக பலஹீனமாக்கி நம்மிடம் நபும்சகத்தன்மையை உண்டு பண்ணிவிட்டது. விளைவாக, பிரக்ஞையோடு இருக்கும் போது மலட்டுத் தன்மையும், பிரக்ஞையற்று இருக்கும் போது ஹிஸ்டீரியாவும் பீடித்தவர்களாகி விட்டோம். இதன் காரணமாகவே சொல்கிறோம், லத்தீன் அமெரிக்காவின் பசி என்பது ஒரு அபாயகரமான அறிகுறி அல்ல; அதுதான் நம் சமூகத்தின் சாரம். அந்த இடத்தில்தான் உலக சினிமாவுக்கும் சினிமா நோவோவின் துயரகரமான ஒரிஜினாலிட்டிக்குமான வித்தியாசம் இருக்கிறது. நம்முடைய ஒரிஜினாலிட்டி நம்முடைய பசிதான். நம்முடைய மிகப் பெரிய துக்கம் என்னவென்றால், நம்முடைய பசி உணரப்படுகிறது; ஆனால் அறிவுபூர்வமாக புரிந்து கொள்ளப்படவில்லை.

சினிமா நோவோ இயக்குனர்களாகிய நாங்கள் ஐரோப்பியர்களும், பெரும்பான்மையான ப்ரஸீலியர்களும் புரிந்துகொள்ளாத பசியைப் புரிந்துகொள்கிறோம். ஐரோப்பியர்களுக்கு இது ஒரு வினோதமான உஷ்ண மண்டல சர்ரியலிஸம். ப்ரஸீலியனுக்கு இது ஒரு தேசிய அவமானம். அவனுக்கு உணவு இல்லை. ஆனால் அவன் அதை வெளியே சொல்ல வெட்கப்படுகிறான். ஆனாலும் அவனுக்கு இந்தப் பசி எங்கிருந்து வருகிறது என்று தெரிவதில்லை. எங்களுக்குத் தெரிகிறது... ஏனென்றால், நாங்கள்தான் இந்த சோகமான படங்களை எடுத்தோம்; இந்த அசிங்கமான படங்களை எடுத்தோம்; இந்தக் கதறும் படங்களை எடுத்தோம்; ஒன்றுமே செய்ய இயலாத பரிதவிப்பான படங்களை எடுத்தோம். இதில் நீங்கள் தர்க்கத்தையே பார்க்க முடியாது. இந்தப் பசி அரசாங்கத்தின்

சீர்திருத்தக் கொள்கைகளால் போக்க முடியாததாக இருக்கிறது. அந்தச் சீர்திருத்தங்கள் இதன் புரையோடிய புண்களின் வீரியத்தை இன்னும் அதிகரிக்கவே செய்யும். எனவே, பசியின் கலாச்சாரம் மட்டுமே அதன் உள் கட்டமைப்புகளை பலகீனப்படுத்தி அதைத் தாண்டிச் செல்ல முடியும். பசியின் மிக உன்னதமான கலாச்சார வெளிப்பாடு வன்முறை மட்டுமே.

பட்டினியின் இயல்பான வெளிப்பாடு வன்முறை என்பதையே சினிமா நோவோ காண்பிக்கிறது. பசியின் வன்முறை காட்டுமிராண்டித்தனமானது அல்ல. *Barren Lives*-இன் ஃபாபியானோ காட்டுமிராண்டியா? *Ganga Zumba*-வின் *Antao* காட்டுமிராண்டியா? கறுப்புக்கடவுள், வெள்ளைச்சாத்தானின் *Corisco* காட்டுமிராண்டியா? *Porto das Caixas*-இல் வரும் பெண் காட்டுமிராண்டியா?

Ganga Zumba-வின் *Antao*

சினிமா நோவோவின் வன்முறையின் அழகியல் காட்டு மிராண்டித்தனமானது அல்ல, புரட்சிகரமானது என்ற கருத்தாக்கம் புரிந்துகொள்ளப்பட வேண்டும். காலனி அடிமையைப் பற்றிய

முதல் புரிதல் காலனி ஆதிக்கவாதிக்கு இங்கிருந்துதான் துவங்க வேண்டும். வன்முறையை எதிர்கொள்ளும் போதுதான் அது தரும் பீதியின் காரணமாக காலனி ஆதிக்கவாதிக்கு அவன் சுரண்டிக்கொண்டிருக்கும் காலனியின் கலாச்சாரத்தின் வலிமை புரியும். ஆயுதங்களை எடுக்காத வரை காலனி அடிமைகள் அடிமைகளாகவே இருப்பார்கள். ஃப்ரெஞ்சுக்காரர்கள் அல்ஜீரியர்களைப் புரிந்து கொள்வதற்காக ஒரு ஃப்ரெஞ்ச் போலீஸ்காரன்தான் தன் உயிரைக் கொடுக்க வேண்டி வந்தது. இல்லையா?

தார்மீக ரீதியில் பார்த்தால் இந்த வன்முறையில் வெறுப்பு இல்லை. அதே சமயம் மற்றவர்களைக் காலனி அடிமைகளாக்கும் பழைய மனிதாபிமானமும் இல்லை. இந்த வன்முறையால் வெளிப்படுத்தப்படும் அன்பு, இந்த வன்முறையைப் போலவே மூர்க்கமானது, கொடூரமானது. ஏனென்றால், இது சுயதிருப்தியில் ஆழ்வதோ அல்லது தத்துவம் சார்ந்ததோ அல்ல. மாறாக, மாற்றத்துக்கான செயல்பாட்டைக் கோருகின்ற ஒன்று.''

க்ளாபரின் படங்களைப் பார்த்தால் மட்டுமே அவரது பசியின் அழகியலைப் புரிந்துகொள்ள முடியும். *Barravento*-வை எடுத்துக்கொண்டால் சால்வதோர் நகருக்கு அருகில் உள்ள ஒரு மீனவர் கிராமத்தில் கதை நடக்கிறது. முழுக்க முழுக்க பாடல்களும் ஆடல்களும்தான் கதையில் பிரதானமான இடத்தைப் பிடித்திருக்கின்றன. அந்த மீனவர்கள் கூட்டாகச் சேர்ந்து வலையை உலர்த்துவதும், படகை கரையை நோக்கிச் சேர்ப்பதும், மீண்டும் கடலுக்குச் செல்வதும் ஒரு நடனத்தைப் போல் இருக்கிறது. பாடிக்கொண்டேதான் வேலை செய்கிறார்கள்.

க்ளாபரின் படங்களில் இசைக்கு முக்கியமான பங்கு இருக்கிறது. இந்த வாக்கியத்தை மற்ற படங்களைப் பார்த்த அனுபவத்திலிருந்து புரிந்துகொள்ளக் கூடாது. அந்தந்தப் பகுதி மக்களிடம் உள்ள இசையை எந்த மாற்றமும் இல்லாமல் அப்படியே எடுத்துப் பின்னணி இசையாகவும், பாடல்களாகவும் பயன்படுத்துகிறார் க்ளாபர்.

இசை பற்றி க்ளாபர் கூறுகிறார்: "ப்ரஸீல், இசையால் சூழப்பட்டிருக்கும் நாடு. இங்கே இசைக்கு அத்தனை முக்கியத்துவம் கொடுக்கப்படுகிறது. எனவே திரைப்படம் என்பதை, பல்வேறு இசைக்கோர்ப்புகளால் இணைக்கப்பட்டு, இசையாலான இடைவெளிகளைக்கொண்ட ஒரு வடிவமாகத்தான் பார்க்கிறேன். *(Brazil is a musical country and I think of cinema as musical montage with pauses and musical spaces.)"*

பார்ராவெந்த்தோவில் (பாய்மரம்) பயன்படுத்தப்படும் இசையின் பெயர் Candomble.

இங்கே ஒரு விஷயத்தை நாம் நினைத்துப் பார்க்க வெண்டும். தமிழர்களின் வாழ்க்கையில் காணக் கிடைக்கும் பல்வேறு இசைக் கருவிகளை நாம் தமிழ் சினிமாவில் பார்க்க முடிகிறதா? உதாரணமாக, *தில்லானா மோகனாம்பாள்* படத்தில் வரும் நாகஸ்வரம் சிவாஜி நடிக்கும் பாத்திரத்துக்கு வலு சேர்ப்பதற்காக வருகிறதே அன்றி அந்த நாகஸ்வரத்துக்கும் பார்வையாளருக்கும் ஏதேனும் உறவு இருந்ததா? ஆனால் *பார்ராவெந்த்தோவில்* candomble இசை என்ன செய்கிறது? மீனவ மக்கள் கடலில் மீன் பிடித்து அதன் பயனை அனுபவிக்க முடியாமல் முதலாளிகளால் கொடூரமாக சுரண்டப்படுகிறார்கள். மீன் வலைக்குச் சொந்தக்காரர்கள் என்பதால் மீனவர்கள் பிடிக்கும் மீனின் விலையில் தொண்ணூறு சதவிகிதத்தை அவர்கள் எடுத்துக் கொண்டு பத்து சதவிகிதத்தையே மீனவர்களுக்குக் கொடுக்கிறார்கள். அந்த நிலையிலும் அந்த மீனவ மக்களை உயிர்ப்போடு வைத்திருந்தது *candomble* இசையும் அது சார்ந்த ஆஃப்ரோ-ப்ரஸீலிய மதச் சடங்குகளும்தான். (இதைத்தான் படத்தின் ஆரம்பத்தில் ஃபர்மினோ சொல்கிறான், "உங்கள் கடலையும் கடவுளையும் விட்டுவிட்டு நகரத்துக்கு வாருங்கள்" என்று. இன்னொரு இடத்தில், "வலையை வைத்துத்தான் மீன் பிடிக்க முடியும்; பிரார்த்தனையால் அல்ல" என்கிறான்.)

Candomble இசை கிட்டத்தட்ட தமிழர்களின் பறைக்குச் சமமாக இருக்கிறது. ஆனால் தமிழ் சினிமாவில் பறை இசை அதை இசைப்பவர்களின் வாழ்க்கையைச் சொல்வதற்காகப்

பயன்பட்டிருக்கிறதா? தமிழ் சினிமாவில் எந்த இசைக் கருவியாக இருந்தாலும் அது பாடலுக்குப் பக்க வாத்தியமாகவோ, பின்னணி இசைக்காகவோதான் பயன்படுத்தப்பட்டு வருகிறது. காரணம், அதற்கான சினிமா கலாச்சாரம் தமிழ்நாட்டில் இல்லை.

https://www.youtube.com/watch?v=dxC4IS3ltyY

இந்தக் காணொளியில் காணும் சடங்குகளை *பார்ராவெந்த்தோவின்* ஆடல் பாடலோடு ஒப்பிட்டுப் பார்க்கலாம். காணொளியில் வரும் தேவதையின் பெயர் *Oxum (உச்சரிப்பு: ஒஷுுன்).* ஒஷுுன் என்பது யொரூபா மதத்தில் காதலையும், சந்தோஷத்தையும், செல்வத்தையும் குறிப்பிடும் கடவுள். இதேபோல் *பார்ராவெந்த்தோவில்* வரும் முதல் பாடல் கடல் தேவதையான *Iemanja*-வுக்காகப் பாடப் படுகிறது. யெமா(ஞ்)யா, *பார்ராவெந்த்தோ* போன்ற பெயர்களில் பஹியா மாநிலத்தில் - குறிப்பாக ஸால்வதோர் நகரத்தில் - பல உணவு விடுதிகளும் மதுபானக் கடைகளும் உள்ளன. கீழ்க்காணும் குறும்படத்தில் யெமா(ஞ்)யா கடல் தேவதைக்கு ஸால்வதோர் நகர் கடற்கரையில் நடக்கும் திருவிழாவைக் காணலாம்.

https://www.youtube.com/watch?v=TSrvwPL8JAY

பார்ராவெந்த்தோவில் வரும் இன்னொரு இசைக்கருவி *Berimbau.*

பார்ராவெந்த்தோ முழுவதும் பயன்படுத்தப்பட்டிருக்கும் பெரிம்பாவ் கருவியில் ஒரு மூங்கில் கம்பும் நாணும் ஒரு ஓரத்தில் செரட்டையும் இருக்கிறது. இந்தக் கருவியை ஸால்வதோர் மக்களின் குலச் சின்னத்தைப் போல் டைட்டிலில் காண்பிக்கிறார் க்ளாபர். இந்த பெரிம்பாவ்-உம்கூட ஆஃப்ரிக்காவிலிருந்து ப்ரஸீலுக்கு வந்ததுதான்.

பார்ராவெந்த்தோவில் வரும் ஸாம்பாவும் அதன் முடிவில் வரும் *Capoeira* நடனமும் இசையும்தான் அந்தப் படத்தின் சாராம்சம். விடுதலை உணர்வுக்கும் அடிமைத்தனத்துக்குமான போராட்டம். ஃபர்மினோவும் அருவானும் அந்தக் கப்பொஈரா நடனத்தை ஆடுகிறார்கள். உண்மையில் கப்பொஈரா ஒரு ப்ரஸீலிய *martial art.*

படத்தின் இறுதியில் அருவான் பாடுகிறான்: "நான் பஹியாவுக்குப் போகிறேன். அங்கே எனக்குப் பணம் கிடைக்கிறதோ இல்லையோ; ஆனால் யாரும் பசியால் சாக மாட்டார்கள்."

செப்டெம்பர் 3, 2014

***

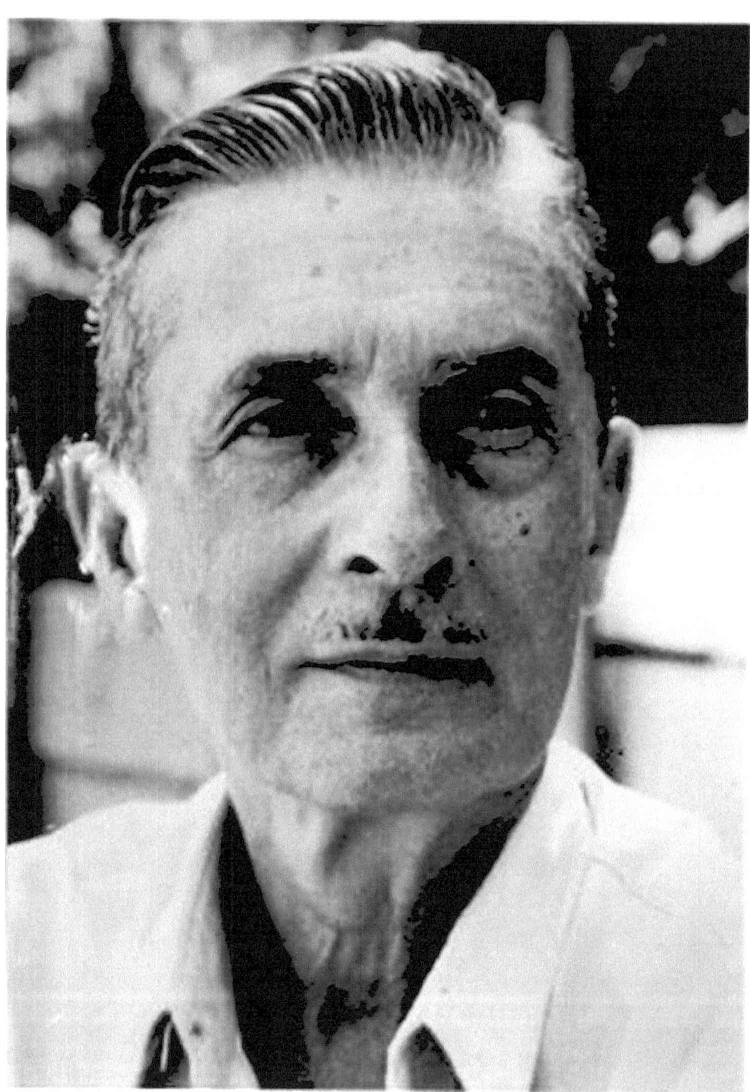

2.) Mário Rodrigues Breves Peixoto

Mário Rodrigues Breves Peixoto - ப்ரஸீலிய இலக்கியத்தின் முன்னோடிகளில் ஒருவர். கார்ஸியா மார்க்கேஸ் அளவுக்கு உலகம் முழுவதும் அறியப்பட்ட ஹோர்ஹே அமாதோவின் *(Jorge Amado)* நண்பர். ஆனால் ஒரு எழுத்தாளராக யாருடைய நினைவிலும் இல்லாதவர். காரணங்கள் பல. ஹோர்ஹே அமாதோ எக்கச்சக்கமாக எழுதினார். அவருடைய கதைகளும் நாவல்களும் சினிமாவாக எடுக்கப்பட்டன. அதில் பிரபலமானது *Dona Flor and Her Two Husbands*. ஆல்பர் கம்யு, ஜான் பால் சார்த்தர் இருவராலுமே சிலாகிக்கப்பட்ட எழுத்தாளர் அமாதோ. அவரது நாவல்கள் 49 மொழிகளில் மொழிபெயர்க்கப்பட்டுள்ளன. ஆனால் அமாதோ காலத்திலேயே வாழ்ந்த மாரியோ பெய்ஹோத்தோ பற்றி ஏன் யாருக்கும் தெரியவில்லை? அப்படியே தெரிந்தாலும் அவர் இயக்கிய ஒரே ஒரு படத்துக்காகத்தான் அறியப்படுகிறார். அதிலும் பல்கலைக்கழக ஆய்வாளர்களால்.

1908-இல் பெல்ஜியத்தில் ஒரு பணக்கார ப்ரஸீலியத் தம்பதிகளுக்குப் பிறந்த மாரியோ பெய்ஹோத்தோவின் இளமைக்காலமும் படிப்பும் லண்டனில் கழிந்தது. 1929-ஆம் ஆண்டு ஒருநாள் பாரிஸில் நடந்து சென்றுகொண்டிருந்த போது *Vu* என்ற ஃப்ரெஞ்சுப் பத்திரிகையில் பின்வரும் புகைப்படத்தைப் பார்த்தார் மாரியோ. ஒரு பெண்; அவளுக்குப் பின்னாலிருந்து கை விலங்கு மாட்டப்பட்ட ஒருவன் அவளைக் கட்டி அணைக்கிறான்.

இதை எடுத்தவர் உலகப் புகழ்பெற்ற புகைப்படப் பத்திரிகையாளர் *André Kertesz.* இந்தப் புகைப்படத்தினால் உந்தப்பட்டு அன்றைய இரவே ஒரு படத்துக்கான கதைச் சுருக்கத்தை எழுதினார் பெய்ஹோத்தோ. உடனே ப்ரஸீல் திரும்பிய அவர் பட வேலைகளை ஆரம்பித்தார். மே *17, 1931* அன்று ரியோ தி ஹனைரோவில் *Limite* என்ற அந்த மௌனப் படம் திரையிடப்பட்டது. இதுதான் பெய்ஹோத்தோ தன் வாழ்நாளில் இயக்கிய ஒரே படம்.

முப்பதுகளில் பெய்ஹோத்தோ *O inútil de cada um* என்ற ஒரு சிறிய நாவலை எழுதினார். பின்னர் அதை *2000* பக்கங்களில் ஆறு பாகங்களாக எழுதத் துவங்கி *1992*-இல் மரணம் அடையும் வரை எழுதிக்கொண்டிருந்தார். ஆனால் முடிக்கவில்லை. இன்று வரை அதன் முதல் பாகம் மட்டுமே வெளிவந்துள்ளது. இறுதிக் காலத்தில் மிகவும் வறுமையில் வாழ்ந்தார். கடனுக்காக சொத்தையெல்லாம் விற்றுவிட்டு, வீட்டு வாடகைக்குக்கூட பணம் இல்லாமல் சிறிய ஓட்டல்களில் தங்கினார். *Onde a terra acaba* (பூமியின் விளிம்பில்)

என்பது பெய்ஹோத்தோவின் முடிவுறாத கதை ஒன்றின் தலைப்பு. அதே தலைப்பில் அவரது வாழ்க்கையைப் பற்றி *Sergio Machado*-வும், *O mar de Mário* என்ற தலைப்பில் *Reginaldo Gontijo*-வும் ஆவணப்படங்களை இயக்கியிருக்கிறார்கள்.

கவிதைகளும் சிறுகதைகளும் ஒரு நாவலும் எழுதியிருந்தாலும் பெய்ஹோத்தோவின் அடையாளமே *லிமிட்* என்ற படமாகத்தான் இருக்கிறது. பல கலைஞர்களால் கொண்டாடப்படும் *லிமிட்*, ப்ரஸீலிய சினிமாவின் ஆகச் சிறந்த படம் என்று பலமுறை பத்திரிகைகளால் தேர்ந்தெடுக்கப்பட்டிருக்கிறது. இப்படியான தேர்வுகள் அந்த நாட்டில் பொதுஜன வாக்கெடுப்பு மூலமே நடத்தப்படுகிறது என்பதும் இங்கே முக்கியம். தவிர, ஆங்கிலப் பாடகரான *David Bowie* அவருக்குப் பிடித்த பத்து லத்தீன் அமெரிக்கப் படங்களைப் பட்டியல் இட்ட போது ப்ரஸீலிலிருந்து தேர்ந்தெடுத்த ஒரே படம் *லிமிட்*. இப்படியாக *லிமிட்* இன்று ஒரு *legendary cult film*-ஆக ஆகி இருக்கிறது.

*லிமிட்*டில் மிகவும் விசேஷமாகக் குறிப்பிடத்தக்க ஒரு விஷயம், அதன் இசை. *Eric Satie, Claude Debussy, Alexander Borodin, Igor Stravinsky, Sergei Prokofiev, César Franck* போன்ற மேற்கத்திய சாஸ்த்ரீய இசைக் கலைஞர்களின் படைப்புகளையே பெய்ஹோத்தோ தன்னுடைய படத்தில் பயன்படுத்தினார். இந்தப் படத்தின் ஒரே ஒரு பிரதியும் ஐம்பதுகளில் காணாமல் போய் பிறகுதான் சில சினிமா ஆர்வலர்களால் எழுபதுகளில் கிடைத்திருக்கிறது. பேசாப் படம் என்பதால் சப்டைட்டில் தேவையில்லை.

*லிமிட்*டின் படப்பிடிப்பின் போது எடுக்கப்பட்ட புகைப்படம்.

அந்நாளைய ஃப்ரெஞ்ச் சினிமா விமர்சகரான *Georges Sadoul* இந்தப் படத்தைப் பார்ப்பதற்காகவே *1960*-இல் ரியோ தி ஹனைரோ சென்றது அப்போது பத்திரிகைச் செய்தியானது. ஆனால் அவரால் படத்தைப் பார்க்க முடியவில்லை. சினிமா சுருள்கள் கெட்டுப் போக ஆரம்பித்திருந்தன. அதனால் அவர் இந்தப் படத்தை *Unknown Masterpiece* என்று குறிப்பிட்டார். *Orson Welles*-உம் இந்தப் படத்தைப் பார்ப்பதற்காக ரியோ சென்றார். ஆக, *1959*-இலிருந்து *1978* வரை இந்தப் படத்தை யாராலும் பார்க்க முடியாதிருந்தது. *Plinio Süssekind, Saulo Pereira de Mello* என்ற இருவரும்தான் மங்கிய சுருள்களிலிருந்து ஃப்ரேம் ஃப்ரேமாக இந்தப் படத்தை நகல் எடுத்து வெளியிட்டனர்.

இவ்வளவு புகழ் பெற்றிருந்த *லிமிட்*டை க்ளாபர் முழுமையாக நிராகரித்தார். வரலாற்றிலிருந்தும், ப்ரஸீலிய எதார்த்தத்திலிருந்தும் விலகிவிட்ட படம், சீரழிந்த பூர்ஷ்வா முரண்பாடுகளைக்கூட காண்பிக்க முடியாத படம் என்றெல்லாம் விமர்சித்தார். ஆனால் படம் வெளிவந்த *1931*-இலேயே 'தென்னமெரிக்காவிலிருந்து ஒரு படம்' என்ற தலைப்பில் ஐஸன்ஸ்டைன் ரஷ்ய மொழியில் *லிமிட்* பற்றி எழுதிய கட்டுரையின் போர்த்துகீஸ் மொழிபெயர்ப்பை லண்டனிலிருந்து வந்து கொண்டிருந்த பத்திரிகை ஒன்றில் வெளியிட்டிருந்தார் பெய்ஹோத்தோ. எல்லோருமே அது ஐன்ஸ்டைன் எழுதியதாகத்தான் கருதினர். பிறகு பல ஆண்டுகள் கழித்து பெய்ஹோத்தோ அதை எழுதியது தான்தான் என்று சொன்னார். அந்தக் கட்டுரையில் பெய்ஹோத்தோ சொல்வதன் சுருக்கம், திட நிலைக்கும் திரவ நிலைக்கும் இடையேயான ஊடாட்டம்தான் *லிமிட்*. இது பற்றி ஒருவருக்கு சொல்லியோ எழுதியோ புரிய வைக்க முடியாது. படிமங்களால் ஆன அதன் சினிமா மொழியை ஒரு பார்வையாளர் உணரத்தான் முடியும். *Limite does not intend to analyse. It shows. It projects itself as a tuning fork, a pitch, a resonance of time itself.*

பெய்ஹோத்தோ பற்றிய இன்னொரு விபரத்தையும் இங்கே குறிப்பிடலாம். இன்றைய ப்ரஸீலிய சினிமாவின் சர்வதேசப் புகழ் பெற்ற இயக்குனர் *Walter Salles*. சே குவேராவின் மோட்டார்சைக்கிள் டயரிக் குறிப்புகளை அடிப்படையாகக் கொண்டு அதே பெயரில் படம் எடுத்த இயக்குனர் சாலஸ். அவர் தன்னுடைய ஆசிரியராகக் குறிப்பிடுவது மாரியோ பெய்ஹோத்தோவைத்தான்.

லிமிட் பற்றி Michael Korfmann எழுதியிருப்பதை இங்கே மேற்கோள் தருகிறேன்.

"படம் முழுக்கக் காண்பிக்கப்படும் எண்ணற்ற, நிலையான, காட்சி சார்ந்த அடையாளங்களான மின்கம்பிகள், சாலைகள், இலைகளற்ற மரங்கள், கிளைகள் மற்றும் செடிகள், மரமுளைகள் மற்றும் கம்பங்கள், கூரைகள், சுவர்கள், கம்பிவலைகள், கம்பிகள் மற்றும் கட்டைகள், வேலிகள், கால்கள், ஏணிகள் - ஏன் - காலுறைகளைக்கூட அடையாளப்படுத்தும் ஒரு கட்டமைப்பு சார்ந்த கருத்தாக்கமாக இங்கே 'நான்' என்பதன் தனித்தன்மை காட்டப்படுகிறது என்பதைச் சொல்ல நினைக்கிறேன். அதேபோல், முதல் காட்சி முடிந்ததுமே - திரவத்தன்மையுடன் கூடிய ஒருவித வடிவ ஒழுங்கற்ற நிலையை மேலும் ஆராயும் காட்சி - கேமராவானது அந்தப் படகின் மரப்பலகையை நன்றாகக் காட்டுவதுதான் நம்மை அதன் பிறகு நினைவுகளில் மூழ்கச் செய்கிறது. இது தற்செயல் அல்ல என்றும் நினைக்கிறேன். சில சமயங்களில் தங்குதடையற்ற வெளியில் பயணித்தும், சில சமயங்களில் எல்லைகள் உள்ள வெளிகளான முக்கோணங்கள் மற்றும் X வடிவங்கள் ஆகியவற்றின் உருவாக்கங்களைக் காண்பித்தும் உருவாகும் இத்தகைய காட்சி சார்ந்த அடையாளங்கள், கடந்த காலத்தின் சிதறல்களை இணைக்கும் ஒருவித சரடு போன்ற இணைப்பாக இருந்து, இறந்த காலத்தின் எல்லைகளையும் தளைகளையும் நமக்குக் காட்டுகின்றன. இதனாலேயே இந்த முழுப்படமும் ஒரு ஜியோமிதக் கட்டமைப்பையும் கொள்கிறது. இந்த ஜியோமிதக் கட்டமைப்பை ஈடு செய்யும் விதமாக இந்தப் படத்தில் வரும் நகரும் தன்மையுடைய சக்கரங்கள், கைப்பிடிகள் மற்றும் நகர்ந்துகொண்டே இருக்கும் கேமரா ஆகியவை இருக்கின்றன."

(I would like to point out the iconic quality of the "I" as a structural conception that characterizes the permanent visual lines throughout the film, as in wires, roads, bare trees, branches and plants, stakes and posts, roofs, walls, grades, bars, fences, legs or even stockings - ladders. And it is not by chance that after the opening sequence - exploring a more fluid, amorphous state - the camera focuses on the boat plank as the initial line which will then lead us down the first memory lane. These visual lines, at times running out into the open and at others forming limited spaces such as triangles or crosses, therefore serve

as a band, a connecting string for the different flashes of the past as well as indicating their limitations, giving the whole movie a very geometrical structure, counterbalanced by moving details such as wheels, handles and of course the movements of the camera itself.)

A still from Limite (scene not used in the final version)

இது தவிர *Ten Contemporary Views on Mario Peixoto's Limite* என்று ஒரு புத்தகம் வந்துள்ளது. உலகின் மிக முக்கியமான பத்து சினிமா கலைஞர்களும் விமர்சகர்களும் *லிமிட்* பற்றி விரிவாக எழுதியிருக்கிறார்கள். வால்டர் சாலஸூம் அதில் ஒருவர். இந்த நூலைத் தொகுத்திருப்பவர் மேலே மேற்கோள் காட்டியிருக்கும் *Michael Korfmann. லிமிட்* பற்றி இவ்வளவு ஆர்ப்பாட்டமான கருத்துக்கள் இருந்ததால் மிகவும் ஆர்வத்துடனேயே அந்தப் படத்தைப் பார்த்தேன். ஆனால் துரதிர்ஷ்டவசமாக க்ளாபரின் முடிவுக்கே நானும் வர வேண்டியிருந்தது. இந்தப் படத்தைப் பார்த்த பிறகு ஐரோப்பிய *sensibility* என்றே ஒன்று இருக்கிறது என்ற

முடிவுக்கே வந்தேன். மாரியோ பெய்ஹோத்தோ முழுக்க முழுக்க ஐரோப்பாவிலேயே படித்தவர். ஐரோப்பிய சினிமாவையே பார்த்துப் பயின்றவர். அவருடைய பெற்றோர் ப்ரஸீலைச் சேர்ந்தவர்கள் என்பது ஒரு தற்செயலே என்று நினைக்கத் தோன்றுகிறது. இரண்டு மணி நேர *லிமிட்டி*ல் லத்தீன் அமெரிக்க வாழ்க்கை பற்றி எதுவுமே இல்லை. லத்தீன் அமெரிக்க இசை இல்லை; கார்னிவல் இல்லை; துயரம் இல்லை; பசியும் கண்ணீரும் இல்லை; ரத்தம் இல்லை. லத்தீன் அமெரிக்காவுக்கும் இந்தப் படத்துக்கும் எந்தத் தொடர்பும் இல்லை. படத்தில் ஒரு படகு வருகிறது. ஒரு பெண் தையல் மெஷினில் தைத்துக்கொண்டிருக்கிறாள். தையல் மெஷினின் உருளை ஒரு பத்து நிமிஷம் காண்பிக்கப்படுகிறது. மேலே அந்த விமர்சகர் சொன்னபடி எக்கச்சக்கமான ஜியோமிதக் கோணங்களும், தூண்களும், சுவர்களும், சாலைகளும், மரங்களும், வேலிகளும், கால்களும் - ஸ்டாக்கிங்ஸ் உட்பட - க்ளோஸப் ஷாட்டுகளில் வந்துகொண்டே இருக்கின்றன. பின்னணியில் மேற்கத்திய சாஸ்த்ரீய சங்கீதக் கலைஞர்கள், *Prokofiev*, *Debussy* போன்றவர்களெல்லாம் உன்னதமான இசையை இசைத்துக்கொண்டிருக்கிறார்கள். இதற்கெல்லாம் என்ன அர்த்தம்? அர்த்தம் கேட்காதே; உணர்ந்துகொள் என்கிறார் இயக்குனர். எத்தனையோ *abstract* படங்களைப் பார்த்திருக்கிறேன். ஆனால் மாரியோ பெய்ஹோத்தோவின் *லிமிட்டை* ஒரு *intellectual exercise* போலவே என்னால் புரிந்துகொள்ள முடிந்தது. எவ்வளவு துயரத்திலும் கொண்டாட்டத்தை விடாத லத்தீன் அமெரிக்க - குறிப்பாகச் சொன்னால் ப்ரஸீலின் ஆஃப்ரிக்கக் கலாச்சாரத்தை - மாரியோ கொச்சைப்படுத்தியிருப்பது போல்தான் தோன்றியது. ஆனாலும் சினிமாவைப் பயிலும் மாணவர்கள் இந்தப் படத்தை மீண்டும் மீண்டும் பார்க்க வேண்டும். இந்தப் படத்தைப் போல் கேமராவைப் பயன்படுத்தியிருக்கும் ஒரு படம் அரிது. அதனால்தான் ஒளிப்பதிவாளரான *Edgar Brazil*-இன் பெயர் டைட்டிலின் ஆரம்பத்திலேயே வருகிறது. இதன் திரைக்கதையில் *220* ஷாட்டுகளுக்கு செய்முறை விளக்கம் எழுதி வைத்திருக்கிறார் மாரியோ. உதாரணமாக,

ஷாட் 73:

Fusion close up - கூடையில் மீனும் காய்கறிகளும் எடுத்து வரும் பெண்ணின் கை - கேமரா அவளைத் தொடர்கிறது. திரும்பவும் க்ளோஸப்பில் கூடையும் அதற்குள் இருக்கும் அவள் வாங்கிய மீன்,

காய்கறி போன்ற எல்லாமும் - பெண் நடந்துகொண்டிருக்கிறாள் - கேமரா அவளைப் பின் தொடர்கிறது.

(இப்படியே 220 ஷாட்டுகளை மிக நுணுக்கமாக விவரித்திருக்கிறார் மாரியோ.)

இந்தப் படத்தை நான் நிராகரித்தாலும் லத்தீன் அமெரிக்க வாழ்க்கைக்கு நேர் எதிர் துருவத்தில் எடுக்கப்பட்டிருக்கும் படம் என்ற விதத்தில் இது முக்கியத்துவம் பெறுகிறது. சினிமாவின் உருவாக்கத்தில் - அல்லது, எந்தப் படைப்பிலுமேகூட - ஒரு படைப்பாளி எந்த அளவுக்கு பார்வையாளனிடமிருந்து அந்நியமாக முடியும் என்பதற்கு இந்தப் படம் ஒரு உதாரணம். மேலும், ஐரோப்பியர்கள் சினிமாவை எப்படிப் பார்க்கிறார்கள் என்பதையும், லத்தீன் அமெரிக்க சினிமாவையும் இன்னும் மேலாக நாம் புரிந்துகொள்ள முடியும். இன்னும் முக்கியமாக, க்ளாபர் தன் படங்களின் மூலம் உலக சினிமா வரைபடத்தில் ப்ரஸீலுக்கான அடையாளத்தை எப்படிக் கொடுத்தார் என்பதற்கும் *லிமிட்*டைப் பார்ப்பது அவசியமாகிறது. *லிமிட்* ஐரோப்பியக் கலாச்சாரத்தின், ஐரோப்பிய அழகியலின் அப்பட்டமான நகல். *லிமிட்*டில் எந்த அசல்தன்மையும் இல்லை. ஆனால் க்ளாபரின் அத்தனை படங்களும் லத்தீன் அமெரிக்க இலக்கியத்தையும், இசையையும், மற்றும் ப்ரஸீலின் அனைத்துக் கலாச்சாரக் கூறுகளையும் உள்வாங்கிக் கொண்டவை. அவரது படங்கள் எந்த அளவுக்கு *elitist*-ஆக இருந்தனவோ அதே அளவுக்கு சராசரி மனிதனோடும் உரையாடக் கூடியவையாக இருந்தன. எனக்கு அவருடைய படங்கள் *baroque* என்று புரிகிறது; ஒரு சராசரி மனிதனுக்கு அவர் அவனுடைய கதையைச் சொல்பவராக இருப்பார். உதாரணமாக, அவருடைய *Entranced Earth*-இல் *(1967)* எல்தொராதோ என்ற கற்பனையான தேசத்தில் நடக்கும் கதையைச் சொல்கிறார். *(ப்ரஸீலில் சர்வாதிகார ஆட்சி நடந்துகொண்டிருந்ததால் அவரால் நேரடியாகச் சொல்ல முடியவில்லை.)* எல்தொராதோவின் கவர்னரான வியேராவுக்கும் அதிபரான தியாஸுக்கும் இடையே பதவிப் போட்டி. நாட்டில் பஞ்சம் தலைவிரித்து ஆடுகிறது. மக்கள் பட்டினியால் செத்துக்கொண்டிருக்கிறார்கள். அதிபர் தியாஸுக்கு அதைப் பற்றி எந்தக் கவலையும் இல்லை. அதெல்லாம் அவர்களுடைய விதி என்கிறார். ஆரம்பக் காட்சியிலேயே அவர் ஒரு பிரம்மாண்டமான சிலுவையுடன் கடற்கரையிலிருந்து வந்து ஒரு தேவாலயத்தில்தான் பதவிப் பிரமாணம் செய்து கொள்கிறார்.

வியேராவுக்குப் பதவி ஒன்றே குறி. ஆனால் அவர் அப்படித் தன்னைக் காட்டிக்கொள்வதில்லை. மக்கள் நலனில் அக்கறை கொண்டவராக நடிக்கிறார். மக்களோடு சேர்ந்து ஆடுகிறார். அவர்களைக் கட்டித் தழுவுகிறார். அவர்களோடு சேர்ந்து சாப்பிடுகிறார். புரட்சிகர மாற்றம் வந்தே தீர வேண்டும் என்று சவால் விடுகிறார். மக்கள் அவரைக் கொண்டாடுகிறார்கள். ஆனாலும் கவர்னர் என்ற முறையில் அவர்கள் குடியிருக்கும் இடங்களிலிருந்து அவர்களை விரட்டிவிட்டு அந்த இடங்களை நிலப்பிரபுக்களுக்கு அளிக்கிறார். இதை எதிர்ப்பவனைத் தந்திரமாகத் தீர்த்துக் கட்டுகிறார். அதிபருக்கும் கவர்னருக்கும் இடையே மாட்டிக் கொள்ளும் ஒரு கவிஞன் பாவ்லோ. அந்த இருவருக்குமே அவன் முன்னாள் நண்பன். தேர்தலில் அவர்களுடைய வெற்றிக்கு அவனும் காரணமாக இருந்திருக்கிறான். இதற்கிடையில் ஒரு பக்கம் ஆயுதப் புரட்சியும் நடந்துகொண்டிருக்கிறது. அவர்களோடு பாவ்லோவுக்குத் தொடர்பு இருக்கிறது. கவிஞன் என்பதால் பெண்களோடும் உறவு கொண்டிருக்கிறான் பாவ்லோ. படத்தில் ஐந்தாறு தடவை மிக விவரமான கூட்டுக் கலவி கார்னிவல் வந்து போகிறது. மற்றபடி படம் முழுவதும் ஆஃப்ரோ ப்ரஸீலிய இசையும் கொண்டாட்டமும்தான். கார்னிவல் இல்லாமல் க்ளாபரின் படமே இல்லை என்று தோன்றும் அளவுக்கு கார்னிவல் அவர் படங்களில் ஒரு தவிர்க்க முடியாத இடத்தைப் பெற்றிருக்கிறது. தனித்துத் துருத்திக் கொண்டிருக்காமல் படத்தின் உள்ளீடாகவும், கதையின் தவிர்க்க முடியாத அங்கமாகவும் அந்தக் கார்னிவல்கள் இடம் பெறுகின்றன. வசனம் அத்தனையும் ஒரு மகத்தான நாவலில் இடம் பெறுவதைப் போல் அமைந்திருக்கின்றன. *Entranced Earth*-இல் ஒரு இடத்தில் வியேரா சொல்கிறார்: “தெருக்கள் மக்களுக்கானவை; எப்படி ஆகாயம் வல்லூறுகளுக்கானதோ அதைப் போல.” வியேராவின் கவித்துவமான பேச்சு, அதிபரின் ஆடம்பரம், மக்களின் வறுமையும் அறியாமையும், போராளிகளின் போராட்டம் எல்லாவற்றையும் பார்க்கும் போது எனக்கு சமகால இந்தியாவே ஞாபகம் வந்தது.

மாரியோ பெய்ஹோத்தோ, ஹோர்ஹே அமாதோ அளவுக்கு அறியப்படாததற்குக் காரணம், அவருடைய உலகம் மிகவும் அந்தரங்கமாக, அவர் மட்டுமே பார்வையாளராக இருக்கக்கூடியதாக இருந்ததுதான் என்று தோன்றுகிறது. (இதை *subjective aestheticism* என்கிறார் க்ளாபர்.) இப்படி, தன் சுயம் சார்ந்து படைப்பு உலகில் இயங்கியவர்கள் பெரும்பாலும் அறியப்படாதவர்களாகவே போய்விடுகிறார்கள். சராசரி மனித வாழ்வின் துயரத்தின் வலியை சுமக்காததால் சராசரி மக்களுக்கும் இவர்களுக்கும் தொடர்பு இல்லாமல் போய் மேட்டுக்குடி புத்திஜீவிகளுக்கான படைப்பாளிகளாக ஆகிவிடுகிறார்கள். ஃப்ரெஞ்ச் இலக்கியத்தில் இதற்கு உதாரணம் இருக்கிறது. சமகாலத்து இலக்கியவாதிகளான ஜான் ஜெனேவும் லூயி ஃபெர்தினாந்த் செலினையும் எடுத்துக்கொண்டால் ஜெனே உலகப் பிரசித்தம். செலினை உள்ளூரிலேயே தெரியாது.

மாரியோ பெய்ஹோத்தோவின் லிமிட்டை நிராகரிக்கும் க்ளாபர் 1933-இல் வெளிவந்த *Ganga Bruta* என்ற மௌனப் படத்தை சிலாகிக்கிறார். இயக்கியவர் *Humberto Mauro.* மார்க்கோஸ் என்ற எஞ்ஜினியர் முதலிரவு அன்று தன் மனைவி ஏற்கனவே செக்ஸ் அனுபவம் உள்ளவள் என்பதை அறிந்து அவளைக் கொன்றுவிடுகிறான். ஆனால் நீதிமன்றத்தால் விடுவிக்கப்படும் அவன் ரியோவுக்கு வெளியே கட்டப்பட்டுக்கொண்டிருக்கும் தன்னுடைய தொழிற்சாலை இருக்கும் இடத்துக்குக் குடி பெயர்கிறான். அங்கே அவன் தேசியோ என்பவனைச் சந்திக்கிறான். தேசியோவின் காதலி சோனியா. சோனியாவுக்கு மார்க்கோஸின் மீது ஈர்ப்பு ஏற்பட்டு அது காதலாக மாறுகிறது. முதலில் மார்க்கோஸ் இதை கவனிப்பதில்லை. பிறகு நாளடைவில் சோனியாவின் காதலைப் புரிந்துகொள்கிறான். சோனியா மார்க்கோஸை ஈர்க்க என்னவெல்லாம் செய்கிறாள் என்பது இந்தப் படத்தில் மிகவும் ரசமான பகுதி. இன்னொன்று, தேசியோ ஒரு ஹீரோவைப் போல் வெள்ளையாக, மீசை இல்லாமல் மொழு மொழு என்று இருக்கிறான். மார்க்கோஸ் மீசை வைத்துக் கொண்டு முரட்டுத்தனமாக இருக்கிறான். கடைசியில் ஒரு குன்றின்

உச்சியில் நடக்கும் சண்டையில் தேசியோ இறந்து விடுகிறான். சோனியாவும் மார்க்கோஸும் மணம் செய்து கொள்கிறார்கள். ஒரு சராசரி தமிழ் சினிமா கதையாக இருந்தாலும் இதை *1933*-இல் எடுத்திருக்கும் விதம் அபாரமாக இருக்கிறது. எப்படியென்றால், இதை ஃப்ராய்டிஸக் கண்ணோட்டத்தோடு எடுத்திருக்கிறார் உம்பர்த்தோ மவுரோ. இவருடைய படங்களால் மக்கள் இவருக்கு ரியோவின் ஃப்ராய்ட் என்ற பட்டத்தைக் கொடுத்திருக்கிறார்கள். அதனாலேயே இவர் ஃப்ராய்டைப் படித்துத் தன் அணுகுமுறையை மாற்றிக்கொண்டிருந்திருக்கிறார். அதனால்தான் படத்தில் பல இடங்களில் - குறிப்பாக, க்ரேன்கள், செங்குத்தான கேமரா ஆங்கிள் - *phallic symbols*-ஐப் பயன்படுத்தியிருக்கிறார். இந்தக் கதையை ப்ரஸீலில் ஆரம்பத்தில் மக்கள் ஏற்றுக் கொள்ளவில்லை. படம் தோல்வி அடைந்தது. பின்னர் பல ஆண்டுகள் சென்று அறுபதுகளில் சினிமா நோவோ இயக்கத்தினர் மூலம் - குறிப்பாக க்ளாபரின் கட்டுரைகளால்தான் இந்தப் படத்துக்கு முக்கியத்துவம் கிடைத்தது.

***

1928-ஆம் ஆண்டு ப்ரஸீலின் சர்ச்சைக்குரிய கவிஞர் *Oswaldo de Andrade* ஒரு அறிக்கையை வெளியிட்டார். அதன் பெயர் *Manifesto Antropofago*. மனிதக் கறி தின்பவர்களின் அறிக்கை என்று பொருள்படும். *Anthropophagy* என்றால் மனிதக் கறி தின்பது. அதில் அவர் ஒரு பிரதான கேள்வியைக் கேட்டார். *TUPI OR NOT TUPI*. அதுதான் ப்ரஸீலியர்களின் இன்றைய கேள்வி. அதாவது, *tupi* என்ற பழங்குடியின மக்கள் மனிதக் கறி தின்பவர்கள். அதிலும் பாதிரியார்களின் கறி என்றால் விரும்பிச் சாப்பிடுவார்களாம். இந்த உதாரணத்தின் மூலம் ஆஸ்வால்தோ சொல்ல வருவது என்னவென்றால், ப்ரஸீலிய இனம் அங்கே நுழையும் எந்தக் கலாச்சாரத்தையும் - அது மதமாக இருந்தாலும் சரி, இனமாக இருந்தாலும் சரி - விழுங்கி செரித்துக் கொள்ளும். அதுதான் இன்று நம்முடைய தேவை என்றார் கவிஞர். இதை க்ளாபரும் நெல்ஸனும் எப்படி உள்வாங்கிக்கொண்டார்கள் என்பதை அடுத்த அத்தியாயத்தில் காண்போம். சினிமா நோவோ

இயக்கம் உருவானதற்குத் தனக்கு உந்துதலாக இருந்ததே நெல்ஸனின் படங்கள்தான் என்று க்ளாபர் சொல்லியிருக்கிறார்.

***

Nelson Pereira dos Santos

3.) Nelson Pereira dos Santos

சினிமா நோவோ இயக்கத்தின் தந்தை எனக் கருதப்படும் *Nelson Pereira dos Santos 1928*-இல் பிறந்தவர். இதுவரை மொத்தம் 25 படங்களை எடுத்திருக்கிறார். சென்ற ஆண்டுகூட நெல்சன் எடுத்த ஒரு ஆவணப்படம் வெளிவந்தது. படம் இயக்குவதோடு மட்டுமல்லாமல் உலகில் உள்ள பல பல்கலைக்கழகங்களுக்கும் திரைப்படக் கல்லூரிகளுக்கும் சென்று சினிமா பற்றி பாடம் எடுக்கிறார். அவர் எடுத்த 25 படங்களில் 15 படங்கள் ப்ரஸீலிய நாவல்களையும் சிறுகதைகளையும் அடிப்படையாகக் கொண்டவை என்ற விஷயத்தைத் தமிழ்ச் சூழலில் வைத்து நாம் புரிந்துகொள்ள வேண்டும். ஒரு தையல்காரரின் மகனாகப் பிறந்த நெல்சன் சட்டம் பயின்று, பின்னர் பத்திரிகையாளராகப் பணியாற்றினார். இந்த வேலை அவருக்கு ப்ரஸீல் முழுவதும் பயணம் செய்யும் வாய்ப்பை அளித்ததால் பல்வேறுபட்ட மக்களையும் அவர்களின் வாழ்க்கையையும் மிக நெருக்கமாக அறிந்துகொண்டார். பிறகு, பாரிஸ் சென்று அங்குள்ள திரைப்படக் கல்லூரியில் படித்தார். ப்ரஸீல் திரும்பி வந்து சில பிரபலமான வணிகப் படங்களில் துணை இயக்குனராகப் பணியாற்றிவிட்டு இரண்டு ஆவணப்படங்களின் மூலம் சீரியஸ் சினிமாவில் நுழைந்தார்.

1955-இல் ரியோ தி ஹனைரோ நகரத்தைப் பற்றி எடுத்த *Rio 40 Degrees* என்ற படம்தான் அவரது முதல் படம். இதுதான் சினிமா நோவோ இயக்கம் உருவாவதற்கு உந்துதலாக அமைந்த படமும்கூட. இந்தப் படத்தில்தான் ப்ரஸீலின் குரூர எதார்த்தமாக இருந்து வரும் *favela* முதல் முதலாக சினிமாவில் காண்பிக்கப்பட்டது. ஃபவேலா என்றால் சேரி என்று பொருள். இந்தப் படம் முழுவதும் கை கேமராவினால் தெருக்களிலேயே எடுக்கப்பட்டது. இது பற்றி நெல்சன் சொல்கிறார்:

EQUIPE MOACYR FENELON
apresenta
ANA BEATRIZ
MODESTO de SOUZA
GLAUCE ROCHA
ROBERTO BATALIN
CLAUDIA MORENO
JECE VALADÃO
MÚSICAS
A VOZ DO MORRO
RELIQUIAS do RIO ANTIGO
POETA dos NEGROS
LEVIANA
Com a participação das escolas de samba
PORTELA
UNIDOS do CABUÇÚ
COLUMBIA
rio, 40 graus
Historia e Direção de NELSON PEREIRA dos SANTOS

"ஃபில்டர் இல்லாமல் *naked* லென்ஸுடன், நடிகர்களின் முகங்களில் வெளிச்சம் நேரடியாக விழுவதைப் படம் எடுப்பது ஒரு ஆச்சரியமான, அதிர்ச்சியான அனுபவமாக இருந்தது. சினிமா எடுப்பதில் இது ஒரு புரட்சிகரமான செயல்பாடும்கூட."

ரியோ, 40 டிகிரி என்ற இந்தப் படம் மிகக் குறைந்த செலவில், இதில் நடித்தவர்களும் தொழில்நுட்பக் குழுவினரும் கொடுத்த பணத்தில்தான் எடுக்கப்பட்டது.

ஐரோப்பிய சினிமா, ஹாலிவுட் சினிமா ஆகியவற்றுக்கும் லத்தீன் அமெரிக்க சினிமாவுக்கும் உள்ள மிக முக்கியமான, அடிப்படையான வித்தியாசம் என்னவென்றால், முதல் இரண்டு சினிமாவும் கதாபாத்திரங்களைக் காண்பித்தது. லத்தீன் அமெரிக்க சினிமாதான் சினிமாவின் வரலாற்றிலேயே முதல் முதலாக மக்களைக் காண்பித்தது. அது ப்ரஸீலிய சினிமாவில் Rio, 40 Degrees மற்றும் *Rio, Zona Norte* ஆகிய இரண்டு படங்களின் மூலம் ஆரம்பித்தது என்கிறார் க்ளாபர் ரோச்சா. (இரண்டாவது படமும் நெல்சன் இயக்கியதுதான்.)

சினிமா பயிலும் மாணவர்கள் அவசியம் படிக்க வேண்டிய நூல், Cinema 2: The Time-Image என்பதாகும். மிஷல் ஃபூக்கோவுக்குப் பிறகான ஃப்ரெஞ்ச் தத்துவவாதியான *Gilles Deleuze* எழுதியது. இந்த நூலில் அவர் சினிமா நோவோ பற்றிக் குறிப்பிடும் போது, "முதல் முதலாக இந்த இயக்கம் மக்களைக் காண்பித்தது" என்கிறார்.

ரியோ, 40 டிகிரி (செல்ஷியஸ்) என்ற படத்தைப் பற்றி எழுதுவதைவிட அதை நீங்களே பார்ப்பதுதான் உசிதம் என்று கருதுகிறேன். படம் முழுவதும் ரியோ நகரில் ஒரே நாளில் நடக்கும் பல்வேறுபட்ட சம்பவங்களை வெட்டி வெட்டி ஒட்டுகிறார் நெல்சன்.

ஒரு காதல் ஜோடி கடற்கரையில் காற்று வாங்கிக்கொண்டிருக்கிறது. ஒரு சிறுவன் அந்த இளைஞனிடம் சென்று, "நீ என் தண்ணீர் கேனைக் கொட்டி விட்டாய், அதற்குக் காசு கொடு," என்று கேட்கிறான். இளைஞன் மறுக்கிறான். அப்போது அங்கே தன் நாயுடன் வாக்கிங் வரும் ஒரு கனவான் அந்த இளைஞனுக்காகப் பரிந்து பேசி, சிறுவனிடம், "ஏய் ஓடி விடு, இல்லாவிட்டால் உன்னைப் போலீஸிடம் பிடித்துக் கொடுத்து விடுவேன்" என்று

மிரட்டுகிறார். பிறகு இளைஞனிடம், “இங்குள்ள சேரி மக்கள் இவர்களைப் பன்றிகளைப் போல் பெற்றுப் போட்டுவிடுகின்றனர். யாரும் இல்லாமல் தெருவில் அலையும் இந்தச் சிறுவர்களால் நமக்குத்தான் பிரச்சினையாக இருக்கிறது” என்கிறார்.

அடுத்த காட்சியில் ரியோவின் சேரி. அதில் ஒரு குடிசையில் மிக நோய்மையுடன் படுத்துக் கிடக்கிறாள் ஒரு பெண். “மருந்து சாப்பிடாதே, அந்தக் குப்பிகளில் என்ன இருக்கிறது என்று யாருக்குத் தெரியும்? விரிதியானாவிடம் போய் மந்திரித்துக் கொள், இல்லாவிட்டால் மூலிகைகளைச் சாப்பிடு” என்கிறாள் முதியவள். இருவரது வாழ்க்கைப் பிரச்சினைகளைப் பற்றியும் பேசிக்கொண்டிருக்கிறார்கள்.

“என் பிள்ளைகள் என்னைக் காப்பாற்றுவார்கள் என்று நினைத்தேன். ஆனால் எதுவும் நடக்கவில்லை.”

“பிள்ளைகளை நம்புவது லாட்டரிச் சீட்டு வாங்கி விட்டு லாட்டரி விழும் என்று நம்புவதைப் போன்றது. உன் மகன் மீரோ எங்கே இருக்கிறான்?”

“மூன்று போலீஸ்காரர்களை அடித்து விட்டு ஜெயிலில் இருக்கிறான்.”

அதே வீட்டில் அடுத்த காட்சி: கோழியை விற்றுக் காசாக்கலாம் என்று தன் வீட்டுக் கோழியைப் பிடிக்கிறான் கிழவன். “அந்தக் கோழியை நான்தான் வளர்த்தேன், உன்னிடம் கொடுக்க மாட்டேன்” என்று சொல்லி கிழவனைத் தடுக்கிறாள் கிழவி. இந்தச் சண்டையில் கோழி கிழவன் கைகளிலிருந்து தப்பி ஓடிவிடுகிறது. அடுத்த காட்சியில், தலைப்புச் செய்திகளைக் கூவி பேப்பர் விற்கிறான் ஒரு சிறுவன். ஒரு இடத்தில் கூட்டமாக அமர்ந்து சீட்டு ஆடுகிறார்கள். இன்னொரு பக்கத்தில் மிகப் பிரம்மாண்டமான கால்பந்தாட்ட மைதானம். விளையாட்டைப் பார்க்கக் கூடும் லட்சக் கணக்கான மக்கள். அடித்துப் பிடித்துக்கொண்டு இடம் பிடிக்க ஓடுகிறது கூட்டம். “ஏய், கண் தெரியாத குருடனா நீ... பார்த்துப் போகக் கூடாது?”

இரண்டு அணியில் எந்த அணி வெல்லும் என்பது பற்றிய கோடீஸ்வரர்களின் சூதாட்டக் கூட்டம் விளையாட்டு

மைதானத்தில் உள்ள ஒரு அறையில் நடக்கிறது. இதில் பல கிளப்புகள் ஈடுபடுகின்றன. ப்ரஸீலுக்காக பத்து ஆண்டுகள் ஆடி பல பரிசுகளை வாங்கிக் கொடுத்திருக்கும் டானியலை நீக்கிவிட்டு இன்னொரு இளைய ஆட்டக்காரனை ஆட வைக்க சதி நடக்கிறது. இதற்கு இடையில், இரண்டு அணிகளின் ரசிகர்களுக்கு இடையே பார்வையாளர் பகுதியில் ஏற்படும் சண்டை, அதனால் ஏற்படும் கலாட்டா எல்லாம் காண்பிக்கப்படுகிறது.

அடுத்த காட்சி. ரியோ நகரில் உள்ள *Copacabana* கடற்கரையில் வேர்க்கடலை விற்கிறான் ஒரு சிறுவன். அவனிடம் வந்து ஒரு ஆள், "நீ நெக்கோவுக்காகத்தானே வேலை செய்கிறாய்? இனிமேல் எனக்காக வேலை செய்" என்று மிரட்டுகிறான்.

"இல்லை, நான் யாருக்காகவும் வேலை செய்யவில்லை. உனக்காகவும் வேலை செய்ய முடியாது."

"இல்லை; நீ நெக்கோவுக்காகத்தான் வேலை செய்கிறாய். நான் இப்போதே போய் நெக்கோவையும் அவன் கோஷ்டியையும் கொல்லப் போகிறேன்..."

"அதைப் பற்றி எனக்குக் கவலை இல்லை. நான் யாருக்காகவும் வேலை செய்யவில்லை."

"அப்படியானால் உனக்கு விற்பனையாகும் பணத்தில் பாதியை நீ எனக்குக் கொடுக்க வேண்டும்."

சொல்லிவிட்டு சிறுவனிடமிருந்து பணத்தைப் பிடுங்கப் பார்க்கிறான். சிறுவன் ஓடிப் போய் தனக்குத் தெரிந்த ஒரு கூட்டத்திடம் ஒளிகிறான். அவர்கள் அந்த ரௌடியை விரட்டி அடிக்கிறார்கள். அப்போது ஒரு பெண் அந்தச் சிறுவனிடம், "நீ ஏன் போலீஸிடம் சொல்லக் கூடாது?" என்று கேட்கிறாள். "எப்படிச் சொல்ல முடியும்? இது போன்ற விற்பனைகளெல்லாம் தடை செய்யப்பட்ட காரியமாயிற்றே" என்கிறார் ஒருவர். அடுத்த காட்சியில் தொங்கும் ரயிலில் வேர்க்கடலை விற்கிறான் சிறுவன். அங்கே ஒரு சீமாட்டி அவனிடம் கேட்கிறாள்:

"நீ எங்கே வசிக்கிறாய் தம்பி?"

“சேரியில்.” (சேரியின் பெயரைச் சொல்கிறான்)

“ஏன் நீ படிக்கவில்லை. உன் அம்மா என்ன செய்கிறாள்?”

“அம்மா செத்து விட்டாள்.”

“அப்பா?”

“எனக்கு அப்பா இல்லை.”

(அந்த சீமாட்டியைப் பார்த்த போது எனக்கு ஹிண்டு பேப்பருக்கு ஆங்கிலத்தில் கடிதம் எழுதும் மைலாப்பூர் கனவான்கள் ஞாபகம் வந்தனர்.)

அடுத்த காட்சியில் ரவுடி மீண்டும் சிறுவனைத் துரத்துகிறான். நீண்ட ஓட்டத்துக்குப் பிறகு ஒரு தொங்கும் ட்ராமின் மேல் கூரையில் குதித்துவிடுகிறான் சிறுவன். கட். ஒரு அரசியல்வாதி விமானத்திலிருந்து இறங்குகிறார். குள்ளமாகவும் பெரும் தொப்பையுடனும் இருக்கிறார். புதிதாக மந்திரியாகி இருக்கும் அவருக்குப் பலரும் வாழ்த்து தெரிவிக்கிறார்கள். பத்திரிகையாளர்களும் நண்பர்களும் அவரைச் சூழ்ந்து கொள்கிறார்கள்.

“இந்தப் புதிய மந்திரிசபைக்கு நீங்கள் ஆதரவு தருகிறீர்களா?”

“நிச்சயமாக. இந்த மந்திரிசபையால் ப்ரஸீலில் நிச்சயம் சீர்திருத்தங்கள் நடந்தேறும், ப்ரஸீல் முன்னேற்றமடையும் என்று நம்புகிறேன்.”

“ரியோ நகருக்கு நான் முதல் முதலாக வருகிறேன். அதனால் நான் முதலில் இயேசு கிறிஸ்துவின் ஆலயத்துக்குச் சென்று வழிபட்டுவிட்டு என் மந்திரி வாழ்க்கையை ஆரம்பிக்கலாம் என்று நினைக்கிறேன்.”

“அதற்காகத்தானே *His Excellency* இங்கே கார் காத்துக் கொண்டிருக்கிறது” என்று ஒருவர் சொல்ல பத்துப் பதினைந்து பேர் அந்தக் கார் கதவைத் திறக்க அடித்துப் பிடித்துப் பாய்கிறார்கள்.

கொபாக்காபானா கடற்கரையில் இரண்டு அமெரிக்க சீமாட்டிகள் அமர்ந்து ஆங்கிலத்தில் பேசிக்கொண்டிருக்கிறார்கள். *What a wonderful country* என்கிறாள் ஒருத்தி. அப்போது கிழிந்த சட்டையோடு ஒரு இளைஞன் வந்து, “ஏதாவது பணம் இருந்தால் கொடுங்கள்” என்று

கேட்க, “என்னிடம் டாலர்தானே இருக்கிறது?” என்கிறாள் அவள். அந்த இளைஞன் இன்னொரு ஆளிடம் போய்க் கேட்கிறான். அவன் இவனை ஒரு வேலைக்குப் போகச் சொல்கிறான். இப்படியே பலரிடம் கேட்டும் கிடைக்காமல் போகிறது. அப்போது எட்டு வயதுள்ள ஒரு சிறுவன் சிகரெட் புகைத்துக்கொண்டே இவனைப் பார்த்துச் சிரிக்கிறான். உனக்குப் பிச்சையே எடுக்கத் தெரியவில்லை என்கிறான். “இல்லை; நான் பிச்சை எடுக்கவில்லை. ஊருக்குத் திரும்ப வேண்டும்; கையில் பணம் இல்லை. அதனால் கேட்கிறேன்” என்கிறான் இளைஞன்.

“இதோ பார், நான் உனக்கு சொல்லித் தருகிறேன்” என்று சொல்லிவிட்டு, ஒரு கனவானிடம் போய், “என் அம்மாவுக்கு உடம்பு சரியில்லை; கொஞ்சம் காசு தாருங்கள்” என்றதும் அந்த ஆள் ஒரு நாணயத்தை அவனிடம் கொடுக்கிறான். உடனே இளைஞனிடம் வரும் சிறுவன் அவனுக்கு ஆலோசனை தருகிறான். “உனக்காகக் கேட்டால் தர மாட்டார்கள். உன் அம்மாவுக்காகக் கேள், தருவார்கள்.”

இப்படி பல சம்பவங்கள் துண்டு துண்டாக வந்துகொண்டே இருக்கிறது. திடீரென்று சிறுவனும் மந்திரியும் சாலையின் நடைபாதையில் சந்தித்துக்கொள்கிறார்கள். சிறுவனுக்கு அந்தக் குள்ள மனிதர் மந்திரி என்று தெரியாது. யாராக இருந்தால் என்ன, அவனுக்கு வேர்க்கடலை விற்க வேண்டும். அவரிடம் போய், “வேர்க்கடலை வேண்டுமா?” என்று கேட்கிறான். “தூரப் போ, நான் ஒன்றும் வேர்க்கடலை தின்னும் ஆள் அல்ல” என்று சொல்லி அவனை விரட்டிவிடுகிறார் மந்திரி. மந்திரிக்கு ஒரு அதிகாரி தன் மகளையே கூட்டிக் கொடுக்கிறார். அந்தப் பெண்ணுடன் கைகளை பின்னால் கட்டியபடி நடந்து செல்லும் மந்திரி அவ்வப்போது தலையைத் திருப்பி அவளுடைய பிருஷ்டத்தைப் பார்க்கிறார். அவள் அவரை சார் என்று அழைக்கும் போது எனக்கு சார் என்ற மரியாதையெல்லாம் பிடிக்காது, சும்மா பெயர் சொல்லியே கூப்பிடு என்கிறார்.

பிறகு அந்தப் பெண்ணிடம், “உன் தந்தைக்கு என்னிடம் என்ன வேண்டும்?” என்று நேரடியாகக் கேட்கிறார் மந்திரி. “தந்தை ஒரு சிக்கலில் மாட்டிக்கொண்டிருக்கிறார்; அதற்கு உங்கள் உதவி தேவை” என்கிறாள் பெண். உடனே காட்சி மாறுகிறது.

படம் முழுவதும், “வேர்க்கடலை, வேர்க்கடலை, வேர்க்கடலை வாங்கிச்சாப்பிடுங்கள்” என்ற குரல் கேட்டுக்கொண்டே இருக்கிறது. படம் முழுவதும் சிறுவர்கள் பிச்சை எடுத்துக்கொண்டே திரிகிறார்கள். அவ்வப்போது கால்பந்தாட்ட வானொலி வர்ணனையும் ஒலித்துக்கொண்டே இருக்கிறது. படத்தில் பல்லாயிரக்கணக்கான மக்கள் பார்க்கும் ஒரு கால்பந்தாட்டப் போட்டியும் நீண்ட நேரம் காண்பிக்கப்படுகிறது.

இந்தப் படம் எனக்கு ஸ்கார்மேத்தா எழுதிய *I Dreamt The Snow Was Burning* என்ற நாவலை நினைவுபடுத்தியது. அந்த நாவலும் கால்பந்தாட்டத்தை மையப்படுத்தியே செல்லும். நாவல் முழுவதுமே ஒரு கால்பந்தாட்டத்தின் வானொலி வர்ணனையைக் கேட்பது போல் இருக்கும். கொடூரமான வறுமையும் ஏற்றத்தாழ்வும் உள்ள ஒரு நாட்டில் மக்கள் அத்தனை பேரும் வர்க்க பேதம் இல்லாமல் கால்பந்தாட்ட அடிமைகளாக இருப்பதும் இந்தப் படத்தின் பல கதைகளில் ஒரு கதையாகச் சொல்லப்படுகிறது.

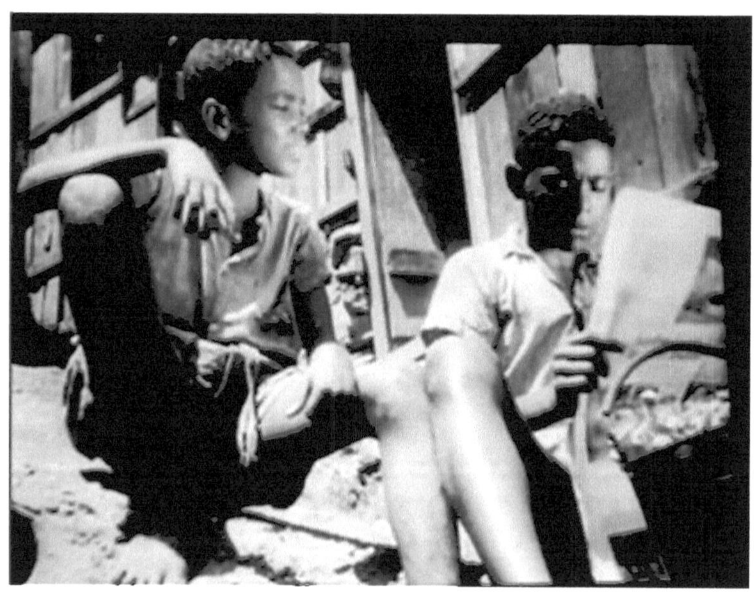

ரியோ 40 டிகிரியில் வரும் இரண்டு சிறுவர்கள்.

ரியோ, 40 டிகிரி என்ற இந்தப் படம் வெளிவந்த 1955-ஆம் ஆண்டு தமிழில் வெளிவந்த முக்கியமான படங்கள்: அனார்கலி (நாகேஸ்வர ராவ், அஞ்சலி தேவி), கோமதியின் காதலன் (டி.ஆர்.ராமச்சந்திரன், சாவித்திரி), குலேபகாவலி (எம்.ஜி.ஆர்., டி.ஆர்.ராஜகுமாரி), கள்வனின் காதலி (சிவாஜி கணேசன், பானுமதி), கணவனே கண் கண்ட தெய்வம் (ஜெமினி, அஞ்சலி), மிஸ்ஸியம்மா (ஜெமினி, சாவித்திரி). எல்லா விதத்திலும் ப்ரஸீலை ஞாபகப்படுத்தும் தமிழ்நாட்டில் ஆரம்ப கட்டத்திலிருந்தே சினிமா என்பது வெறும் பொழுதுபோக்காக மட்டுமே இருந்திருக்கிறது என்பதை மேற்கண்ட தமிழ் சினிமா பட்டியலிலிருந்து நாம் தெரிந்துகொள்ளலாம். பஞ்சம், பசி, பட்டினி, வறுமை, ஏற்றத்தாழ்வு, கல்வியறிவு இன்மை, நோய் என்று எத்தனையோ பிரச்சினைகள் இருந்தாலும் லத்தீன் அமெரிக்க நாடுகளில் கலாச்சாரம் எந்த அளவுக்கு வலுவாகவும் ஆரோக்கியமானதாகவும் இருந்திருக்கிறது என்பதற்கு இந்தத் தொடரில் நாம் பார்க்கும் படங்கள் அனைத்தும் சாட்சி.

அடுத்த காட்சியில் கிழட்டு மந்திரியும் குமரியும் பேசிக் கொள்கிறார்கள்:

“நான் உங்களை வயதானவர் என்று நினைத்தேன்.”

“ஓ, நீ நினைத்தது தவறு. நான் இங்கே உள்ள எல்லா பையன்களையும்விட இளைஞன்.”

“ஆமாம், நீங்கள் ஏன் திருமணம் செய்துகொள்ளவில்லை?”

“இந்தக் குதிரைக்குக் கடிவாளம் பிடிக்காது.”

அடுத்து அந்தப் பெண்ணிடம் ஒரு உதவி கேட்கிறார் மந்திரி. “எனக்கு ஒரு நல்ல, அழகான, புத்திசாலியான, கடும் உழைப்பாளியான பெண் செக்ரட்டரி வேண்டும். அது ஏன் நீயாக இருக்கக் கூடாது? வாரத்தில் மூன்று நாட்கள் வேலை செய்தால் போதும்.”

கட்.

வேர்க்கடலை விற்கும் பையனைத் துரத்திக்கொண்டு சில சிறுவர்கள் ஓடி வருகிறார்கள். அவர்களிடமிருந்து தப்பி ஓடும் போது எதிரே வரும் ஒரு லாரியில் மாட்டி செத்து விடுகிறான் வேர்க்கடலைச் சிறுவன். துரத்தியவர்களில் ஒரு சிறுவனைப் பிடித்து விடும் போலீஸ்காரன் அவனை இழுத்துக்கொண்டு ஃபவேலாவுக்கு வருகிறான்.

“இவனுடைய பெற்றோர் யார்?”

படத்தின் ஆரம்பத்தில் நாம் பார்த்த கிழவி, "இந்தச் சிறுவனுக்கு யாரும் இல்லை; என் வீட்டில்தான் வளர்கிறான்" என்கிறாள். இதைக் கேட்டதும் போலீஸ் அவனை அங்கேயே விட்டுவிட்டுப் போய்விடுகிறான். போகும் போது, "கொஞ்ச நாளைக்கு வெளியே தலை காட்டாதே" என்று சொல்லிவிட்டுப் போகிறான்.

கடைசியில் வரும் 13 நிமிட ஸாம்பா நடனமும் பாடலும்தான் இந்தப் படத்தின் மிக முக்கியமான செய்தியைத் தரும் காட்சி. இசை, பாடல், கொண்டாட்டத்தின் மூலம்தான் இந்தச் சேரி மக்கள் தங்கள் துயரங்களைக் கடந்து செல்கிறார்கள் என்பதே அந்தச் செய்தி.

***

நெல்சன் பரேராவின் இயக்கத்தில் 1963-இல் வெளிவந்த *Vidas Secas (Barren Lives - தரிசு வாழ்க்கை)* என்ற படம்தான் சினிமா நோவோ இயக்கத்தின் முதல் படம். *Vidas Secas* என்ற தலைப்பில் *Graciliano Ramos* எழுதி 1938-இல் வெளிவந்த நாவலை அடிப்படையாகக் கொண்டது *தரிசு வாழ்க்கை.*

Barren Lives

தரிசு வாழ்க்கை படத்தின் கதை 1940-களில் ப்ரஸீலின் வடகிழக்கு மாகாணத்தின் வறண்ட பகுதியில் நடக்கிறது. ஃபாபியானோ, அவன் மனைவி வித்தோரியா, அவர்களின் இரண்டு பிள்ளைகள், பலேயா என்ற நாய், ஒரு கிளி. இங்கிருந்துதான் படம் துவங்குகிறது. ஃபாபியானோ மாடுகளைப் பராமரிப்பதில் வல்லவன். ஆனால் அந்தப் பஞ்சப் பிரதேசத்தில் அவனுக்கு வேலை கிடைப்பதில்லை. மனிதர்களைவிட மிருகங்களோடு தன்னால் நல்ல முறையில் பழகிப் புரிந்துகொள்ள முடியும் என்று நினைப்பவன் ஃபாபியானோ. வித்தோரியா மிகவும் எளிமையானவள். வாழ்க்கையில் அவளுடைய ஒரே கனவு, தரையில் படுக்காமல் ஒரு மெத்தையில் படுக்க வேண்டும் என்பதுதான்.

பிள்ளைகளில் மூத்தவனுக்கு ஐந்து வயது. இளையவனுக்கு மூன்று வயது. நாய்க்கு பலேயா என்ற பெயர் இருந்தாலும் பிள்ளைகள் இருவருக்கும் பெயர் இல்லை. நாவலிலும் அப்படியே. அவர்கள் வாழ்ந்த இடம் வறண்டு போய் பஞ்சம் வந்துவிட்டதால் பிழைப்புத் தேடி வேறு இடம் நோக்கிப் போகிறார்கள். வறண்ட பிரதேசங்களில் அவர்கள் நடந்துகொண்டே இருக்கிறார்கள். சுமார் மூன்று நிமிடங்களுக்கு இந்தக் காட்சி வருகிறது. அப்போது ஒரு கர்ண

கடூரமான ஓசை நம் செவிப்புலனைத் தாக்குகிறது. படத்தின் அவலச் சுவையை முன்னறிவிப்பது போல் இருக்கிறது அந்த அருவருப்பான ஓசை. இந்த ஓசையும் மூன்று நிமிடங்கள் தொடர்கிறது. பச்சை என்ற பேச்சுக்கே இடமில்லாமல் வெறும் கட்டாந்தரையாகக் கிடக்கிறது நிலம். இருக்கும் ஒரே ஒரு மரமும் ஒரு இலைகூட இல்லாமல் எலும்புக் கூடாய் நிற்கிறது. பறவைகளும் மிகச் சோர்வாக பறக்கின்றன.

ஃபாபியானோவைத் தவிர வேறு யார் காலிலும் செருப்பு இல்லை. நால்வருமே வெறும் கந்தல் ஆடையுடன் இருக்கிறார்கள். மூத்த பையன் சுரைக் குடுவையையும் ஒரு பையையும் வைத்திருக்கிறான். சிறியவனை வித்தோரியா இடுப்பில் தூக்கி வைத்திருக்கிறாள். அவள் தலையில் ஒரு சிறிய மூட்டை. இவ்வளவுதான் அவர்களின் உடமைகள். இளைப்பாறுவதற்காக ஒரு இடத்தில் அமர்கிறார்கள். உண்ண எதுவுமில்லை. ஃபாபியானோ ஏதோ ஒரு வேரை எடுத்துக் கடித்துப் பார்த்து விட்டு தூக்கி எறிகிறான். பலேயா அதை எடுக்கப் பாய்ந்து ஓடுகிறது. அவ்வளவு பசி. கிளி வேறு பசியில் க்றா க்றா என்று கர்ண கொடூரமாகக் கத்திக்கொண்டிருக்கிறது. திடீரென்று வித்தோரியா அந்தக் கிளியை எடுத்து அதன் தலையைப்

பிய்த்தெடுக்கிறாள். அடுத்த காட்சியில் எரியும் சுள்ளிகளுக்கு இடையே கிளி சுடப்படுகிறது. நால்வரும் மீண்டும் நடக்கிறார்கள். பலேயா வெகு சுறுசுறுப்பாக அவர்களைத் தொடர்கிறது. மூத்த பையன் வெயிலிலும் பசியிலும் அடிக்கடி சோர்ந்து துவண்டு விழுந்துவிடுகிறான். அப்போதெல்லாம் பலேயா பலமாகக் குரைத்து ஃபாபியானோவை அழைக்கிறது. கடைசியில் ஃபாபியானோ மூத்த பையனைத் தனது முதுகில் போட்டுக்கொண்டு நடக்கிறான்.

படத்தில் இயற்கையான சப்தங்களைத் தவிர வேறு பின்னணி இசை எதுவும் இல்லை. படம் முழுவதுமே ஆவணப் படத்தைப் போலவே நகர்கிறது. நீண்ட தூரம் நடந்த பிறகு அவர்கள் ஒரு மாட்டுப் பண்ணைக்கு வந்து சேர்கிறார்கள். முதலாளி ஃபாபியானோவுக்கு வேலை கொடுக்கிறான். ஒரு ஆண்டு கழிகிறது. சொற்ப ஊதியம். அதிலும் அவர்கள் நால்வருக்கும் காலணி வாங்கிக்கொள்கிறார்கள். பக்கத்து ஊரில் நடக்கும் ஒரு விழாவுக்குச் செல்கிறார்கள். அங்கே ஃபாபியானோவை ஒரு போலீஸ் அதிகாரி சீட்டாட்டத்துக்கு அழைக்கிறான். பலரும் ஆடிக்கொண்டிருக்கும் அந்த இடத்தில் போலீஸும் ஃபாபியானோவும் தோற்று பணத்தை இழக்கிறார்கள். போலீஸ் ஃபாபியானோவைத் திட்ட ஃபாபியானோ அவனை வேசி மகனே என்கிறான். ஃபாபியானோவைக் கைது செய்து முதுகிலேயே கட்டையால் அடிக்கிறான் போலீஸ். மறுநாள் விடுதலை செய்யப்படும் ஃபாபியானோ வித்தோரியாவையும் குழந்தைகளையும் அழைத்துக்கொண்டு பண்ணைக்கு நடக்கிறான். இதற்கு இடையில் பலேயா காணாமல் போய் விடுகிறது. அதற்காக அழுதுகொண்டிருக்கிறான் மூத்த பையன். வீட்டுக்குத் திரும்பும் வழியில் ஓர் இடத்தில் இவர்களுக்காகக் காத்திருக்கும் பலேயாவைக் கண்டு குதூகலிக்கிறான் சிறுவன்.

மீண்டும் பஞ்சம் வருகிறது. வேலை இல்லாததால் மீண்டும் பட்டினி கிடக்க நேர்கிறது. முதலாளி இதயமே இல்லாதவனாக இருக்கிறான். பல நாள் பட்டினிக்குப் பிறகு பலேயாவை சுட்டுக் கொல்கிறான் ஃபாபியானோ.

என்னுடைய சினிமா அனுபவத்தில் இவ்வளவு குரூரமான ஒரு படத்தை நான் பார்த்ததில்லை. திரையில் தெரிவது நடிப்புதான் என்று தெரிந்தாலும் அதைப் பார்ப்பதற்கு என் மனம் இடம் கொடுக்கவில்லை. மிகுந்த சிரமத்துடன்தான் பார்த்தேன்.

ஏனென்றால், இதுதான் ப்ரஸீலின் குரூரமான எதார்த்தம். அன்புக்கோ, கருணைக்கோ இடமே இல்லாமல் வாழ்க்கை அந்த மக்களை நசுக்கி எடுக்கிறது. சமூகத்தின் ஏற்றத் தாழ்வும் சுரண்டலும்தான் இதற்குக் காரணம். போலீஸ், பண்ணை முதலாளிகள், மத குருமார்கள் ஆகிய மூன்று பிரிவினருமே ஒடுக்கப்பட்ட மக்களுக்கு எதிராக இருப்பதை மிக ஆக்ரோஷமாகப் பதிவு செய்கிறார் நெல்ஸன். இந்த இடத்தில் நான் தமிழகத்தில் மிகவும் கொண்டாடப்பட்ட அங்காடித் தெரு, பரதேசி என்ற இரண்டு படங்களையும் எண்ணிப் பார்த்தேன். பணக்காரன் கெட்டவன், போலீஸ் கெட்டவன், சமூகம் முழுவதும் சுரண்டல் ஆகிய கருதுகோளை வைத்து எடுக்கப்பட்ட படங்கள் அவை. ஆனால் அதே கருதுகோளை வைத்து எடுக்கப்பட்ட தரிசு வாழ்க்கை ஏன் ஒரு க்ளாஸிக்காக மாறுகிறது? இது பற்றி நாம் விவாதிக்க வேண்டும். தமிழ் சினிமாவுக்கு உரிய எந்தப் பாசாங்கும் தரிசு வாழ்க்கையில் இல்லை. இந்தப் படத்தைப் பார்த்தால் நீங்களே புரிந்து கொள்ளலாம்.

படத்தில் கருணை ததும்பும் ஒரே இடம், ஒரு காட்டில் ஃபாபியானோவை சித்ரவதை செய்த போலீஸ் அவனிடம் மாட்டிக்கொள்கிறான். ஃபாபியானோவின் கையில் கத்தி இருக்கிறது. கொல்வதற்கு ஓங்கிவிட்டு பிறகு கத்தியை உறையில் போட்டுக்கொண்டு திரும்பிவிடுவான்.

பலேயாவை ஃபாபியானோ சுட்டுக் கொல்லும் போது மூத்த பையன் கதறி அழுகிறான். படம் முழுவதும் ஜெபித்துக் கொண்டே இருக்கும் வித்தோரியா அந்தத் தருணத்திலும் சிலுவைக் குறி போடுகிறாள்.

"சினிமா ஒரு கலாச்சார வெளிப்பாடு. வேறு எந்தக் கலைப் படைப்புக்கும் நிகரானது. சினிமா அது பிறந்த சமூகத்தின் வாழ்க்கையை வெளிப்படுத்தியபடி அதனுடைய context-உக்குள் இயங்குகிறது. கலைகளிலேயே மிகவும் நவீனமான சினிமா நம் கலாச்சாரத்தின் முதுகெலும்பாக இயங்குகிறது" என்று சொல்லும் நெல்ஸன் சினிமா நோவோவின் அடிப்படை குறைந்த செலவில் படம் எடுப்பதுதான் என்கிறார். சொல்லப் போனால் பணமே தேவையில்லை. நெல்சன் பாரிஸில் திரைப்படக் கல்லூரியில் பயின்ற போது இத்தாலியின் நியோ ரியலிஸம் அவருக்குள் மிகப் பெரிய தாக்கத்தை ஏற்படுத்தியது. அதாவது, சினிமாவின்

கரு அல்லது அதன் உள்ளார்ந்த தன்மைகள் போன்றவைகளால் அல்ல. சினிமா தயாரிப்பு என்ற முறையில். அவரே இது பற்றிச் சொல்கிறார்: “இத்தாலியின் நியோ ரியலிசம் தெருக்களுக்குச் சென்று படம் எடுப்பதற்கான துணிச்சலை எனக்குக் கொடுத்தது. நீங்கள் ஒரு பயிற்சி பெற்ற நடிகராக இருக்கத் தேவையில்லை. நீங்கள் ஒரு பிரபலமான ஸ்டாராக இருக்கத் தேவையில்லை. ஒரு ஸ்டுடியோ தேவையில்லை. பெரிய விலையுள்ள உபகரணங்கள் தேவையில்லை. கோடிக்கணக்கான பணம் தேவையில்லை.” பிறகு எதுதான் தேவை? க்ளாபர் ரோச்சா சொல்கிறார்: “படம் எடுப்பதற்குக் கையில் கேமராவும் தலையில் மூளையும் போதும்.”

பின்வருவது நெல்ஸன் பெரேராவும் ப்ரஸீலிய சினிமா பற்றிய ஆய்வாளரும் வரலாற்றாசிரியருமான Randal Johnson-உம் நிகழ்த்திய உரையாடல். இந்த உரையாடல் *ரியோ 40 டிகிரி* (1955) மற்றும் *Music According to Tom Jobim* (2012) ஆகிய இரண்டு படங்களின் திரையிடல்களுக்குப் பிறகு நடந்தது. இந்த உரையாடலில் பார்வையாளர்களும் கலந்துகொண்டனர்.

***ரியோ 40 டிகிரி* ரியோ நகரின் பல வித்தியாசமான இடங்களையும் குணாம்சங்களையும் பதிவு செய்து ஒரு குறுக்கு வெட்டுத் தோற்றத்தைக் காண்பித்த படம். இதை எடுக்க வேண்டும் என்று எப்படி முடிவு செய்தீர்கள்?**

உண்மையைச் சொல்ல வேண்டுமானால் ஜேம்ஸ் ஜாய்ஸைப் படித்த போதுதான் எனக்கு இந்த யோசனை வந்தது. அந்தச் சமயத்தில்தான் நான் அவரை ஸ்பானிஷ் மொழியில் படித்து முடித்திருந்தேன். அப்போது போர்த்துகீஸில் ஜேம்ஸ் ஜாய்ஸ் மொழிபெயர்க்கப்பட்டிருக்கவில்லை. ரியோ நகரம் பன்முகத்தன்மை கொண்டது. எனவே ஒரே நாளில் அதன் பல்வேறு இடங்களில் நடக்கும் பல சம்பவங்களைத் தொகுத்து ஒரு படத்தை உருவாக்கலாம் என்று நினைத்தேன். ஜாய்ஸின் உள்ளடக்கத்திலிருந்து என் படத்தின் கரு மிகவும் வேறுபட்டது என்றாலும்கூட படத்தின் கட்டமைப்பைப் பொறுத்த வரை ஜாய்ஸ்தான் முதல் படி.

வேர்க்கடலை விற்கும் சிறுவர்களை எங்கிருந்து கண்டு பிடித்தீர்கள்? படத்தின் இசையை எப்படித் தேர்ந்தெடுத்தீர்கள்?

ஃபவேலாவில் உள்ள மனிதர்களோடு எனக்குத் தொடர்பு இருந்தது. *Ze Keti*-க்கு அந்த மக்கள் மிகவும் நெருக்கமானவர்களாக இருந்தார்கள். அப்போதுதான் கேத்தி ஒரு கம்போஸராக தனது துவக்க காலத்தில் இருந்தார். அவருடைய ஓ சோ ஸாம்பா என்ற பாடல் அப்போது மிகப் பிரபலமாக ஆகியிருந்தது. எனவே அவருடைய ஸாம்பா பள்ளியில் அறிவிப்பு செய்து படத்தில் வரும் ஐந்து சிறுவர்களையும் தேர்ந்தெடுத்தார். ஒருவன் ரவுடியிடமிருந்து தப்பி கேபிள் காரின் மேல் கூரையில் உட்கார்ந்து தப்புகிறான். அதற்கடுத்து அவன் பல படங்களில் நடித்தான். ஓ சோ ஸாம்பா பாடலை மிக நன்றாகப் பயன்படுத்திக்கொண்டோம். படத்தில் நடித்த பல நடிகர்களுக்கு அதுவே முதல் படம்.

***

கிரேக்கக் கவிஞர் அப்பல்லோனியஸ், ரோம் நகரத்துக் கவிகளான வர்ஜில், ஆவிட் போன்றவர்களால் பாடப்பட்டவன் ஓர்ஃபியூஸ். மாபெரும் இசைக் கலைஞன். அவன் கையிலிருக்கும் யாழை இசைத்தால் மேகம் திரண்டு வந்து மழை பொழியும். கொடிய மிருகங்களும் அவன் அடி பணியும். விருட்சங்களும் பட்சிகளும்கூட அசைவின்றி அவன் பாடலைக் கேட்கும். நதிகளும் பாதை மாறி அவன் பக்கம் ஓடி வந்ததற்கான சாட்சிகள் இருக்கின்றன. பாறைகளும் கசிந்து உருகியிருக்கின்றன. அப்பேர்ப்பட்ட இசைக் கடவுள் ஓர்ஃபியூஸ். அவன் யூரிடிஸி என்ற பெண்ணைக் காதலித்து மணக்கிறான். விதிவசத்தினால் மண நாள் அன்றே யூரிடிஸி சர்ப்பம் தீண்டி மரணம் அடைகிறாள். அந்தத் துயரத்தைத் தாங்க முடியாத ஓர்ஃபியூஸ் பாதாள உலகத்துக்குள் சென்று மரண தேவனை சந்தித்துத் தன் பாடலால் அவனை மகிழ்வித்து யூரிடிஸியின் உயிரைத் திரும்ப வாங்கி வருவேன் என முடிவெடுக்கிறான். எந்த மானிடனாலும் கற்பனையே செய்ய முடியாத பாதாள உலகத்திற்குள் பிரவேசிக்கிறான். காரிருளும் கனத்த மௌனமும் மூளையை மயங்கச் செய்கிறது. அதையெல்லாம் மீறி தனது யாழை மீட்டுகிறான். கல்லும் உருகும் இசை என்றால் மரண தேவன் மயங்காமல் இருப்பானா? யூரிடிஸியை அழைத்து ஓர்ஃபியூஸிடம் கொடுக்கிறான். ஆனால் ஒரு நிபந்தனை. நீ இவளை இந்த பாதாள உலகத்திலிருந்து உன்னுடைய உலகத்துக்கு அழைத்துச் செல்லும் போது ஒருக்கணம்கூட திரும்பிப் பார்க்கக் கூடாது. திரும்பிப் பார்த்தால் இவள் திரும்பவும் இங்கே வந்துவிடுவாள்.

மரண தேவன் கூறியபடியே யூரிடிஸியை அழைத்துக்கொண்டு பூலோகம் வருகிறான் ஓர்ஃபியூஸ். ஆனால் அந்தப் பயணம் அவன் மனதைத் துளைத்து எடுக்கிறது. பின்னால் அவள் வரும் காலடித் தடம் கேட்கிறது. ஆனால் திரும்பிப் பார்க்க முடியாது. வருவது அவள்தானா? என் உயிரினும் இனிய யூரிடிஸிதானா? அல்லது இது ஏதோ ஒரு கண் கட்டு வித்தையா? இல்லையே, மரண தேவன் பொய் சொல்ல மாட்டானே? எத்தனை பெரிய இன்னல்களையெல்லாம் தாண்டி அவனைச் சந்தித்தோம்? ஒரே ஒரு கணம் பார்க்கலாமா? மனம் தூண்டும். ஆனால் மரண தேவனின் நிபந்தனை நினைவுக்கு வரும். இன்னும் கொஞ்ச தூரம்... இன்னும் கொஞ்ச தூரம்... இப்படியே பெரும் மனப் போராட்டத்தோடு பூலோகத்தில் காலடி எடுத்து வைத்த அடுத்த கணம் திரும்பிப் பார்க்கிறான்.

"ஓ... ஓர்ஃபியூஸ்... என்னை நீ நிரந்தரமாக இழந்து விட்டாய்... நீதானே பூலோகத்தில் காலடி வைத்தாய்? நான் இன்னும் வைக்கவில்லையே? எனக்கு இன்னும் ஒரு அடி இருக்கிறதே?"

கேவலுடன் சொல்லியபடி மறைந்து போகிறாள் யூரிடிஸி. இன்னும் ஒரே ஒரு அடி வைத்திருந்தால் யூரிடிஸி பூலோகத்தில் காலடி வைத்திருப்பாள். அதற்குள் முந்திக்கொண்டு பார்த்து அவளை இழந்துவிடுகிறான் ஓர்ஃபியூஸ். மீண்டும் அவளைத் தேடி பாதாள உலகத்துக்குள் செல்ல முயலும் அவனை மரண தேவனின் பணியாட்கள் தடுத்து விடுகிறார்கள். "உன் இசையால் ஒரு முறை உனக்கு அந்த வாய்ப்பு கிடைத்தது. இனிமேல் நீ அந்த மரண உலகத்துக்குள் போக வேண்டுமானால் நீ மரணமடைய வேண்டும்."

"என் யூரிடிஸியைக் காண்பதற்காக நான் சாகத் தயார்."

"இல்லை. மரண தேவன் அழைத்தால் ஒழிய அது சாத்தியம் இல்லை."

பூலோகம் திரும்பும் ஓர்ஃபியூஸிடம் இப்போது அவன் உயிரையும் இசையையும் தவிர வேறு எதுவுமே இல்லை. மனிதர்களோடு தன் தொடர்பை அறுத்துக்கொள்ளும் அவன் வனங்களில் திரிகிறான். அவனுடைய இசையை இப்போது விருட்சங்களும் வனவிலங்குகளும் மட்டுமே கேட்டுத் திளைக்கின்றன. இப்படியே பாடிப் பாடி ஒருநாள் மரணமடைகிறான் ஓர்ஃபியூஸ்.

பட்சிகளும் மிருகங்களும் தின்று மிஞ்சிய அவனுடைய எலும்புகளை எடுத்து ஒலிம்பஸ் மலையின் அடிவாரத்தில் வைத்து ஒரு சமாதியை எழுப்புகிறார்கள் தேவதைகள். இப்போதும் அந்த ஒலிம்பஸ் மலையின் பக்கம் சென்றால் அங்குள்ள வானம்பாடிகளின் இசை தெய்வீகமாகவும் மனதை மயக்கக் கூடியதாகவும் இருப்பதை நீங்கள் உணரலாம்.

கிரேக்க புராணங்களில் சொல்லப்பட்ட ஓர்ஃபியூஸின் மேற்கண்ட கதையை அடிப்படையாகக் கொண்டு *Vinícius de Moraes* எழுதிய இசை நாடகமான *Orfeu da Conceição*-வைத் தழுவி *Orfeu Negro* *(கறுப்பு ஓர்ஃபியூ)* என்ற படம் 1959-இல் ப்ரஸீலில் எடுக்கப்பட்டது. (வினிசியஸ் ப்ரஸீலின் தேசிய கவியாகக் கொண்டாடப்பட்டவர். ப்ரஸீலையும் இசையையும் பிரிக்க முடியாது என்பதால் ப்ரஸீலில் இசைக்கப்பட்ட பெரும்பாலான *Bossa nova* பாடல்களை இயற்றியவர் வினிசியஸாகத்தான் இருந்தார்.) நெல்சன் பரேராவின் *ரியோ 40 டிகிரி* வெளிவந்து நான்கு ஆண்டுகள் கழித்து வந்தது *கறுப்பு ஓர்ஃபியூ*. படத்தை இயக்கியவர் ஃப்ரெஞ்ச் இயக்குனர் Marcel Camus. இது பற்றி நெல்சனிடம் பேட்டி எடுக்கும் ரேண்டல் ஜான்சன் பின்வருமாறு குறிப்பிடுகிறார். "*கறுப்பு ஓர்ஃபியூவில்* கார்னிவல் கொண்டாட்டங்களைத் தவிர வேறு எதுவும் இல்லை; மக்கள் எப்போதும் பாடிக்கொண்டும் ஆடிக்கொண்டும் இருக்கிறார்கள். இது அந்த மக்களுக்கு

நியாயம் செய்வதாக இல்லை. சிட்டி ஆஃப் காட் படத்திலும் இதே தவறுதான் நடந்தது. ரியோ என்றால் வன்முறைதான் என்று அந்தப் படத்தில் காண்பித்தார்கள். ஆனால் உங்கள் படத்தில் *(ரியோ 40 டிகிரி)* இளைஞர்கள் எல்லா இடத்திலிருந்தும் விரட்டி அடிக்கப்படுவதையும், அவர்கள் அந்த சமூகத்தின் விளிம்பில் இருப்பதையும் காண்பிக்கிறீர்கள். உங்கள் படம்தான் ரியோவின் பிரச்சினையை ஆழமாக ஆராய்கிறது."

இது பற்றி நெல்சன் கருத்து எதுவும் தெரிவிக்கவில்லை என்றாலும் ப்ரஸீலில் *கறுப்பு ஓர்ஃபியூ* வந்த போது அங்கே இந்தப் படத்தை பலரும் கொண்டாடவில்லை. ஆனால் உலக அளவில் பெரிய அளவில் பேசப்பட்டது. உலகெங்கும் பல இசைக் குழுக்கள் *கறுப்பு ஓர்ஃபியூவின்* இசையைத் தங்களது கிரியா ஊக்கியாகக் கொண்டார்கள். முக்கியமாக அமெரிக்காவிலும் ஐரோப்பாவிலும் *கறுப்பு ஓர்ஃபியூவுக்கு* ஒரு cult status கிடைத்தது.

ப்ரஸீலில் இந்தப் படத்துக்கு அதிக வரவேற்பு இல்லாமல் போனதற்குக் காரணம், படத்தின் இயக்குனர் ஃப்ரெஞ்சுக்காரர் என்பது ஒரு காரணமாக இருக்கலாம். இன்னொரு காரணம், வறுமையின் கொடுமை. ப்ரஸீலில் இருந்த கொடூரமான அடிமை முறை 1888-ஆம் ஆண்டு ஒழிக்கப்பட்டது. ஆனால் அடிமை முறை ஒழிந்தும் கறுப்பின மக்களுக்கு முழுமையான சுதந்திரம் கிடைக்கவில்லை. பழைய அடிமைகள் அனைவரும் நகரத்துக்கு வெளியே குடிசைகளைப் போட்டு வாழ ஆரம்பித்தனர். 1950கள், அறுபதுகளில் இது போன்ற ஃபவேலாக்கள் (சேரிகள்) ப்ரஸீலின் நகரங்கள் முழுவதும் பெருக ஆரம்பித்தன. இந்த எதார்த்தத்தை, இந்த ஃபவேலாக்களின் வறுமையை வெளிநாட்டுக்காரர்களால் புரிந்துகொள்ள முடியவில்லை என்பதுதான் சினிமா நோவோ கலைஞர்களின் குற்றச்சாட்டாக இருந்தது. இதைத்தான் க்ளாபர் ரோச்சா, "லத்தீன் அமெரிக்கா தனது துயரத்துக்காக அழுதுகொண்டிருக்கும் போது வெளிநாட்டுப் பார்வையாளர்கள் இந்தத்துயரத்தின்பால் ஒரு ரசனையை ஏற்படுத்திக்கொள்கிறார்கள்" என்று குறிப்பிட்டார்.

ஆனால் ப்ரஸீல், ஃப்ரான்ஸ், இத்தாலி ஆகிய மூன்று நாட்டு நிறுவனங்களின் கூட்டுத் தயாரிப்பான *கறுப்பு ஓர்ஃபியூ*வைப் பார்த்த போது உலக சினிமா வரலாற்றில் காதலை அடிப்படையாகக் கொண்டு எடுக்கப்பட்ட முக்கியமான படங்களில் ஒன்றாக வைக்கக் கூடிய மகத்தான படைப்பு என்றே எனக்குத் தோன்றியது. ஏனென்றால், *கறுப்பு ஓர்ஃபியூ* ரியோ நகரில் நடக்கும் உலகப் பிரசித்தி பெற்ற கார்னிவலுக்கு முந்தின தினம் துவங்கி கார்னிவல் நடக்கும் தினத்தோடு முடிந்துவிடுகிறது. இந்த இடைப்பட்ட நேரத்தில் ரியோ நகரில் நாம் காணக் கூடிய ஒரே விஷயம், நம்மைப் பைத்தியம் பிடிக்கச் செய்யும் இசையும் நடனமும் மட்டும்தான். இதுவும் ப்ரஸீலின் எதார்த்தங்களில் ஒன்றுதான். கார்னிவலை விட்டுவிட்டு ப்ரஸீல் இல்லை. குறிப்பாக ரியோ இல்லை. மார்க்சீயவாதி ஒருவர் *ரோமியோ ஜூலியட்* நாடகத்தில் பாட்டாளி வர்க்க சர்வாதிகாரத்தைத் தேடியது போல் இருந்தது ஜான்ஸனின் விமர்சனம்.

ப்ரஸீலின் ஸாம்பா இசையையும் நடனத்தையும், ப்ரஸீலியர்களின் வாழ்வில் அந்த இரண்டும் வகிக்கும் முக்கிய பங்கையும்

புரிந்துகொள்வதற்கு *கறுப்பு ஓர்ஃபியூ* அளவுக்கு வேறு படங்கள் நமக்கு உதவக் கூடும் என்று தோன்றவில்லை. ஏனென்றால், கார்னிவலை மட்டுமே ஆவணமாக்க வேண்டும் என்ற நோக்கம் இல்லாமல் மனித வாழ்வின் மிகச் சிக்கலான ஆண் பெண் உறவை அடிப்படையாகக் கொண்ட ஒரு வலுவான கதையையும் சொல்லியிருக்கிறார் இதன் இயக்குனர் மார்ஸல் கம்யு. ஃப்ரெஞ்சுக்காரராக இருந்தாலும் கம்யு ப்ரஸீலில் இருந்தே வேறு சில படங்களையும் இயக்கியிருக்கிறார். ஹோர்ஹே அமாதோ *(Jorge Amado)* எழுதிய *Bahia* என்ற நாவலையும் ப்ரஸீலிலேயே எடுத்தவர் கம்யு.

மறுநாள் நடக்க இருக்கும் கார்னிவலுக்காக ப்ரஸீலின் எல்லா ஊர்களிலிருந்தும் ரியோ நகருக்குக் கூட்டம் வந்து குவிகிறது. பஸ்களில் கூட்டம் நிரம்பி வழிகிறது. அந்தக் கூட்டத்தோடு தன் ஒன்று விட்ட சகோதரியான செராஃபீனாவைப் பார்ப்பதற்காக வெளியூரிலிருந்து ரியோ வருகிறாள் யூரிதிஸி. உண்மையில் அவள் தன் வீட்டைவிட்டு ஓடி வந்து விடுகிறாள். ஏனென்றால், ஊரில் ஒருவன் அவளைக் கொல்வதற்காகப் பின் தொடர்ந்து

கொண்டிருக்கிறான். (பின்னர்தான் தெரிகிறது, அவன் மரண தேவன் என்று.) ரியோவுக்குப் புதியவள் என்பதால் அவளுக்கு வழி காண்பிக்கிறான் ஓர்ஃபியூ. அந்தப் பெண் கிராமத்தைச் சேர்ந்தவள் என்பதால் அழகானவளாகவும் அடக்கமானவளாகவும் இருக்கிறாள். ஓர்ஃபியூவின் குடிசைக்குப் பக்கத்துக் குடிசையில்தான் செராஃபீனா வசிக்கிறாள்.

ஓர்ஃபியூ, செராஃபீனா, மீரா மூவரும் ஒரு சாம்பா பள்ளியில் நடனமும் இசையும் பயில்கிறார்கள். மீராவும் ஓர்ஃபியூவும் திருமணம் செய்து கொள்ளலாம் என்று முடிவு செய்திருக்கிறார்கள். ஆனால் போகப் போக மீராவின் சுயநலமும் முரட்டுத்தனமும் ஓர்ஃபியூவை அவளிடமிருந்து விலகச் செய்கிறது. மீராவும் ஓர்ஃப்யூவும் திருமணப் பதிவாளர் அலுவலகம் சென்று தங்கள் திருமணத் தேதியைப் பதிவு செய்துவிட்டு வருகிறார்கள். அதுதான் அவனுடைய சம்பள தினமும்கூட. "நம் திருமணத்துக்கு எனக்கு மோதிரம் வாங்கிக் கொடு" என்று கேட்கிறாள் மீரா. அவனோ, "நாளை கார்னிவல்; அடகுக் கடையில் என் கிதாரை அடகு வைத்திருக்கிறேன். அதை மீட்க வேண்டும்" என்கிறான். அவளோ மோதிரத்திலேயே குறியாக இருக்கிறாள். பிறகு, "நான் உனக்குக் கடன் தருகிறேன்; அந்தப் பணத்தில் எனக்கு மோதிரம் வாங்கிக் கொடு; அப்புறமாகப் பணத்தைத் திருப்பிக் கொடு" என்கிறாள். பின்வரும் புகைப்படத்தில் இருப்பது மீரா.

அன்றைய தினம் மீராவிடமிருந்து தப்பி வந்து தன் குடிசையில் இருக்கிறான் ஓர்ஃபியூ. ஆடு, கோழி, புறா மற்றும் பல பட்சிகள் என ஒரு மிருகக் காட்சி சாலையைப் போல் இருக்கிறது அந்தச் சிறிய குடிசை. கப்பலில் மாலுமியாக இருக்கும் செராஃபீனாவின் காதலன் அவளைப் பார்ப்பதற்காக வந்திருப்பதால் அன்று இரவு யூரிதிஸி உறங்குவதற்குத் தன் குடிசையைப் பயன்படுத்திக்கொள்ளலாம் என்கிறான் ஓர்ஃபியூ. அவன் வெளியே படுத்துக்கொள்கிறான். அவனுடைய பாடலில் மயங்கி அவன் மீது காதல் கொள்கிறாள் யூரிதிஸி. அவனை அழைத்துத் தன்னுடன் படுத்துக்கொள்ளச் சொல்கிறாள்.

மறுநாள் கார்னிவல் தொடங்குகிறது. ஆயிரக்கணக்கில் மக்கள் வெள்ளம். மீராவுடன் நடனமாடுவதை ஓர்ஃபியூ விரும்பவில்லை. அவளைத் தவிர்த்துவிட்டு யூரிதிஸிக்கு முகத்திரை அணிவித்து கார்னிவலுக்கு அழைத்து வருகிறான். இதற்கிடையில் படம் முழுவதும் மீராவிடமிருந்து ஓர்ஃபியூவும், மரண தேவனிடமிருந்து யூரிதிஸியும் தப்பி ஓடிக்கொண்டே இருக்கிறார்கள். அப்படித் தப்பி ஓடும் போது கார்னிவல் இரவில் மின்கம்பியில் அடிபட்டுச் சாகிறாள் யூரிதிஸி. அவள் இறந்துவிட்ட செய்தியை மட்டுமே அவனால் கேள்விப்பட முடிகிறது. அவ்வளவு பெரிய மக்கள் கூட்டத்தில் அவள் உடல் கிடைக்கவில்லை. உடலைத் தேடிப் போகும் போது அவன் ஒரு முதியவனை சந்திக்கிறான். அவன் ஓர்ஃபியூவை ஆஃப்ரிக்கர்களின் ஆதி வழிபாடுகள் *(Macumba)* நடந்துகொண்டிருக்கும் ஒரு இடத்துக்கு அழைத்துச் செல்கிறான். அங்கே ஒரு முதியவளின் உடம்பில் வரும் யூரிதிஸியின் ஆவி ஓர்ஃபியூவிடம் சொல்கிறது. “நீ என்னைத் திரும்பிப் பார்க்காமல் பேசு; திரும்பிப் பார்த்தால் நான் போய்விடுவேன்.” அதே குரல். யூரிதிஸியின் குரலேதான். யூரிதிஸியை இங்கே, இப்போது, இந்தக் கணத்தில் பார்க்க முடியுமா என்ற வேகத்தில் ஓர்ஃபியூ திரும்பிப் பார்க்க அந்த முதியவளிடமிருந்து அகன்றுவிடுகிறது யூரிதிஸியின் ஆவி.

இறுதியில் ஓர்ஃபியூ யூரிதிஸியின் உடலை சவக்கிடங்கில் கண்டு பிடித்து எடுத்துக்கொண்டு நடந்துகொண்டிருக்கும் போது மீரா அவனைப் பார்த்துவிட்டுத் துரத்துகிறாள். அந்தக் கணத்தில் மலை முகட்டில் நிற்கும் ஓர்ஃபியூ பின்னால் இருப்பது அதல பாதாளம் என்று தெரியாமல் யூரிதிஸியின் உடலோடு வீழ்கிறான்.

1959 கான் திரைப்பட விழாவில் Palme d'Or விருதும், சிறந்த வெளிநாட்டுப் படத்துக்கான ஆஸ்கர் பரிசும் பெற்ற கறுப்பு ஒர்ஃபியூவின் பின்னணி இசை ப்ரஸீலிய இசையை உலக அளவில் திரும்பிப் பார்க்க வைத்த Antônio Carlos Jobim மற்றும் Luiz Bonfa இருவருடையது. ஹோபிம் பற்றி நெல்சன் பரேரா, The Music According to Antonio Carlos Jobim (2012), A Luz do Tom (2013) என்று இரண்டு ஆவணப் படங்களை எடுத்திருக்கிறார் என்பதிலிருந்தே அவரது முக்கியத்துவத்தை நாம் அறிந்து கொள்ளலாம். கறுப்பு ஒர்ஃபியூ மூலமாகவே அந்த்தோனியோ கார்லோஸ் ஹோபிமும் லூயிஸ் போன்ஃபாவும் உலக அளவில் நட்சத்திர அந்தஸ்தை அடைந்தார்கள்.

படம் முழுவதுமே - ஒரு நிமிட இடைவெளிகூட இல்லாமல் - ஸாம்பா இசை ஒலித்துக்கொண்டே இருக்கிறது. கார்னிவலுக்கு முந்தின இரவில் சுமார் 25 நிமிடங்கள் பாடலும் ஆடலும் நடக்கிறது. அதனூடேதான் கதையும் நடக்கிறது. இந்தப் படத்தின் இசையே Bossa nova (நியூ வேவ்) என்று அழைக்கப்பட்ட புத்தம் புதிய ஸாம்பா இசையின் துவக்கமாக இருந்தது. அந்த வகையிலும் இந்தப் படம் வரலாற்று முக்கியத்துவம் பெறுகிறது.

பின்வரும் இணைப்பில் கார்னிவல் நடனத்தைக் காணலாம். அதில் பிரமாதமாக ஆடும் சிறுவன் ஸேகா இந்தப் படத்தில் ஒரு முக்கியமான பாத்திரம். படத்தை முழுசாகப் பார்க்க முடியாவிட்டாலும் பின்வரும் நடனக் காட்சியைப் பாருங்கள். முதலில் உடல் தெரிய எல்லோருடனும் ஆடுவது மீரா. அவள் நடனமாடிக் கொண்டே ஒர்ஃபியூவைத் தன்னுடன் ஆடி, முத்தமிட அழைக்கிறாள். அப்போது ஒரு ஓரத்தில் கூச்சத்துடன் அமர்ந்திருக்கும் யூரிதிஸியின் பக்கத்தில் இருக்கும் சிறுவன் பெனதித்தோ அவளிடம் அந்தக் காட்சியைக் காண்பிக்கிறான். யூரிதிஸி பதற்றம் கொள்கிறாள். இந்தக் காட்சி படத்தின் ஆரம்பத்தில் வருகிறது. இன்னும் ஒர்ஃபியூவும் யூரிதிஸியும் தங்கள் காதலை ஒருவருக்கொருவர் தெரிவித்துக் கொள்ளவில்லை. என்றாலும் ஒருவரை ஒருவர் விரும்புவதை அவர்கள் இருவரும் அறிந்திருக்கிறார்கள். சிறுவன் ஸேக்கா கையில் பறையை வைத்துக் கொண்டு அட்டகாசமாக ஆட்டம் போடுகிறான். யூரிதிஸியின் சகோதரி செராஃபீனா ஏதோ தந்திரம் செய்து மீராவை வேறு இடத்துக்கு அழைத்துக் கொண்டு

போய் விடுகிறாள். இப்போது ஓர்ஃபியூ யூரிதிஸியிடம் வருகிறான். இருவரும் தங்களை மறந்து ஆடுகிறார்கள்.

https://www.youtube.com/watch?v=QZ7F0Fkydhk

யூரிதிஸியாக நடித்திருப்பவர் அமெரிக்காவைச் சேர்ந்த நாட்டியக் கலைஞரான *Marpessa Dawn*. படம் வெளிவந்த பின்னர் மார்ஸல் கம்யு இவரை மணந்து கொண்டார்.

பின்வரும் காட்சியில் யூரிதிஸி ஓர்ஃபியூவுடன் கலவிகொண்ட பிறகு ஆழ்ந்து உறங்குகிறாள். பொழுது புலர்கிறது. அப்போது அவளைத் தன்னுடைய கிதாரை இசைத்து ஒரு மெல்லிய பாடலைப் பாடி எழுப்புகிறான் ஓர்ஃபியூ.

இதற்கு முந்தின மாலையில் சிறுவர்கள் இருவரும் ஓர்ஃபியூஸிடம் ஒரு பிரச்சினைக்கான விடை தேடி வருகிறார்கள். பெனதித்தோ சொல்கிறான், ஓர்ஃபியூ கிதார் இசைத்துப் பாடினால் சூரியன் உதயமாகும் என்று. (ப்ரஸீலில் ஓர்ஃபியூ ஓரளவுக்குப் பிரபலமான பாடகனாக இருக்கிறான். எப்படி என்றால், யூரிதிஸின் மரணச் செய்தி கேட்டு ஓர்ஃபியூ பதறியபடி ஓடி வரும் போது கார்னிவல் இரவில் கலாட்டா செய்பவர்களை போலீஸ் அள்ளிக்கொண்டு போகும் காட்சியில் ஒரு போலீஸ்காரன் ஓர்ஃபியூவை அடையாளம் கண்டு கொண்டு, "உன்னுடைய அந்தப் பிரபலமான ஸாம்பா நடனத்தின் கால் அசைவுகளை ஆடிக் காண்பி" என்று கெஞ்சுகிறான்.) பெனதித்தோ சொல்வதில் ஸேக்கோவுக்கு சந்தேகம். "இதை ஓர்ஃபியூவிடமே கேட்டு விடுவோம்" என்று இருவரும் அவனிடம் வருகிறார்கள். ஓர்ஃபியூ சிரித்துக்கொண்டே ஆமாம் என்கிறான்.

"அப்படியானால் உன்னால் நாளை காலை சூரியனை எழுப்ப முடியுமா?"

"மற்ற நாட்களைவிட நாளை காலையில் சுலபமாக எழுப்பி விடுவேன். ஏனென்றால் நாளை கார்னிவல்!" என்கிறான் ஓர்ஃபியூ.

மறுநாள் காலைதான் மேலே பார்க்கும் காட்சி. ஓர்ஃபியூ யூரிதிஸியை எழுப்புவதற்காகக் கிதார் இசைத்துப் பாடுகிறான். சிறுவர்கள் இருவரும் குடிசையின் வாசலில் சூரிய உதயத்துக்காகக் காத்திருக்கிறார்கள். ஓர்ஃபியூ பாடப் பாட சூரியன் மெல்ல எழுகிறது.

கறுப்பு ஓர்ஃபியூ வந்து நாற்பது ஆண்டுகள் கடந்து அந்தப் படத்தைத் தழுவி ப்ரஸீலிய இயக்குனர் Carlos Diegues, Orfeu (1999) என்ற படத்தை இயக்கியிருக்கிறார். எனக்கு இன்னும் அந்தப் படம் சப்டைட்டிலோடு பார்க்கக் கிடைக்கவில்லை.

***

ஒரு நாட்டை இன்னொரு நாடு தன் படை பலத்தால் வெற்றி கொள்ளும் போது வெறுமனே அங்கே தன்னுடைய நாட்டின் கொடியை நாட்டிவிட்டு, தங்களின் பலத்தையும் அதிகாரத்தையும் ஸ்தாபித்துவிட்டு வருவது ஒரு வகை. இன்னொரு வகை, அப்படி வெற்றி கண்ட நாட்டில் தங்களின் மதத்தையும், மொழியையும், கலாச்சாரத்தையும் அந்த மண்ணோடும் மக்களோடும் கலந்துவிடச் செய்வது இன்னொரு வகை. முதல் வகைக்கு உதாரணம் சோழர்கள். இரண்டாம் வகைக்கு உதாரணம், ஐரோப்பியர்கள். தென்னமெரிக்கக் கண்டம் முழுவதும் இருந்த தொல்குடிகளின் மொழி, மதம், கலாச்சாரம் மூன்றும் முற்றிலுமாக அழித்தொழிக்கப்பட்டு ஸ்பானிஷும், போர்த்துகீஸூம் அந்த மக்களின் மொழியாக மாறியது. தொல்குடிச் சமூகங்களின் பல்வேறுபட்ட மதங்களும் நம்பிக்கைகளும் அழிக்கப்பட்டு எல்லோரும் கிறித்தவ மதத்துக்கு மாற்றப்பட்டார்கள். இதே மாற்றம்தான் கலாச்சாரத்திலும் நடந்தது.

இந்த வகையில் இந்தியாவுக்கும் ப்ரஸீலுக்கும் நிறைய ஒற்றுமைகள் உண்டு. தன்னுடைய பாரம்பரியம் பற்றிய தாழ்வு மனப்பான்மையை ஒவ்வொரு இந்தியனிடமும் உருவாக்கிய வகையில் ஆங்கிலேயர்கள் இந்த நாட்டை விட்டுப் போய் விட்டாலும் இன்னமும் தங்களுடைய காலனி ஆதிக்கத்தில் வெற்றி கண்டவர்களாகவும் அந்த வெற்றியின் பலனை அனுபவித்துக் கொண்டிருப்பவர்களாகவுமே இருக்கிறார்கள். விளையாட்டில்கூட ஒரு இந்தியன் ஆங்கிலேயனின் விளையாட்டைத்தான் ஆடிக்கொண்டிருக்கிறான். அதுதான் இந்தியாவின் தேசிய

விளையாட்டு என்பதாகவும் ஆகியிருக்கிறது. ஒவ்வொரு இந்தியனுக்கும் தான் ஒரு ஆங்கிலேயன் ஆகிவிட வேண்டும் என்ற கனவு ஆங்கிலேய ஆதிக்கவாதியால் விதைக்கப்பட்டு விட்டது. ஒரு இந்தியன் எந்த மதத்தைச் சார்ந்தவனாக இருந்தாலும் அவன் தன்னுடைய மூதாதையரின் பாரம்பரியம் பற்றிய பெரும் தாழ்வு மனப்பான்மையில் வாழ்ந்துகொண்டிருக்கிறான். இந்தியர்களின் *indigenous* கலாச்சாரத்தை வலியுறுத்திய தலைவரை சுட்டுக் கொன்றுவிட்டு மேற்கத்திய கலாச்சாரத்தைப் பின்பற்றிய தலைவரிடம் ஆட்சி அதிகாரத்தைக் கொடுத்தான் இந்தியன். இந்த வகையில் ஆங்கிலேயனை இந்தியன் தன் நாட்டை விட்டு விரட்டவில்லை. பௌதிகரீதியாக மட்டுமே விரட்டி விட்டு, ஆங்கிலேயனின் வாழ்வைத் தன்னுடைய வாழ்வாக வரித்துக்கொண்டுவிட்டான்.

இதேதான் ப்ரஸீலிலும் நடந்தது.

ஆனால் இந்த வகையான காலனி ஆதிக்கம் நவீன கால கட்டத்தில் அல்ஜீரியாவிலும் திபெத்திலும் நடக்கவில்லை. அல்ஜீரியர்கள் ஃப்ரெஞ்சுக்காரர்களைத் தங்கள் நாட்டிலிருந்து முழுவதுமாக விரட்டி அடித்தார்கள். திபெத்திலும் அப்படியே நடந்தது. திபெத் என்ற பரந்து பட்ட தேசத்தையே பிடித்துத் தங்கள் நாட்டோடு இணைத்துக்கொண்டாலும் சீனர்களால் கலாச்சார ரீதியாக திபெத்திய சமூகத்தில் ஒரு சிறிய சலனத்தைக்கூட ஏற்படுத்த முடியவில்லை. திபெத்திய மதம், அது சார்ந்த நம்பிக்கைகள், மொழி, கலாச்சாரம் போன்ற எந்த விஷயத்திலும் சீனர்களால் உள்ளே நுழையவே முடியவில்லை.

இந்தப் பின்னணியில்தான் ப்ரஸீலில் உருவான *Tupi or Not Tupi* என்ற கலாச்சாரக் கோட்பாட்டை நாம் புரிந்துகொள்ள வேண்டும். சுமார் 3000 ஆண்டுகளுக்கு முன்பு துப்பி என்ற பூர்வகுடி இனம் அமேஸான் மழைக்காடுகளில் வசிக்க ஆரம்பித்தது. 1500-ஆம் ஆண்டு போர்த்துகீஸியர்கள் ப்ரஸீலில் கால் வைத்த போது துப்பி இனத்தவரின் எண்ணிக்கை ப்ரஸீலில் பத்து லட்சமாக இருந்தது. அதே சமயம், போர்த்துகலின் மக்கள் தொகையும் பத்து லட்சம்தான். இதைத் தெரிந்துகொண்டால் நாம் காலனி ஆதிக்கத்தின் குணாம்சத்தைப் புரிந்துகொள்ளலாம். ஆயுத பலம், தந்திரம், குயுக்தி போன்றவைதான் காலனி ஆதிக்கத்தின் மூலதனம்.

போர்த்துக்கீசியர்கள் தங்கள் ஆதிக்கத்தை ப்ரஸீலில் நிலைநாட்டிய உடன் அந்த நாட்டின் ஆதிகுடிகளான துப்பி இனத்தினரை மூன்று விதமாக அழித்தொழித்தனர். ஒன்று, அவர்களை மத மாற்றம் செய்து தங்களைப் போலவே போர்த்துக்கீசியர்களாக்கினர். எப்படியென்றால், அங்குள்ள பூர்வகுடிகளில் ஒருவரே பலரைத் திருமணம் செய்துகொள்ளலாம் என்ற வழக்கம் இருந்ததால் ஒரு போர்த்துக்கீசியர் இருபது துப்பி பெண்களை மணந்து இனக்கலப்பு செய்தனர்.

அது முடியாவிட்டால், ஆயுத பலத்தினால் அவர்களை அடிமைகளாக்கினர்; மூன்றாவது வழி, கொலை. இதன் காரணமாக துப்பி இனத்தவருக்கு போர்த்துக்கீசியர் என்றால் தங்கள் இனத்தை அழிப்பவர்கள் என்று அர்த்தமாகியது. இதற்கிடையில் துப்பி இனத்தில் பல நூறு ஆண்டுகளாகவே பல நூறு பிரிவுகள் இருந்தன. இந்தப் பிரிவினர் ஒருவரோடு ஒருவர் சண்டையிட்டு, தோல்வி அடைந்தவரை, வெற்றி பெற்ற பிரிவினர் சடங்குகள் செய்து ஒவ்வொரு உறுப்பாக வெட்டித் தின்றனர். ஆக, துப்பி இனத்தவர் நர மாமிசம் தின்னும் இனத்தினராக அறியப்பட்டனர்.

துப்பிதான் ப்ரஸீலின் அடையாளம். துப்பியின் மொழி அழிந்துவிட்டது. துப்பி இனம் அழிந்துவிட்டது. நாம் எல்லோரும் போர்த்துக்கீசியர்களுக்கு முறையற்றுப் பிறந்த குழந்தைகளாகி விட்டோம். இப்போது நாம் மீண்டும் துப்பிகளாவோம். இப்போது நமக்கு முன்னே நிற்பது ஒன்றே ஒன்றுதான். *Tupi or not tupi: That's the question.*

இதை *Cannibal Manifesto* என்று அழைத்தனர். இந்த நரமாமிச அறிக்கை எப்படி ஒரு உலகத் தரமான சினிமாவாக மாறியது என்பதைப் பார்ப்போம்.

***

1971-இல் நெல்ஸன் பெரேரா இயக்கிய படம் *How Tasty Was My Little Frenchman.* மானுடவியல், காலனி ஆதிக்கம், கலாச்சாரம், நாகரீகம், அதிகாரம், பெண்ணியம் போன்றவைகளைப் பற்றிய அடிப்படையான கேள்விகளையும் விசாரணைகளையும் முன்வைக்கும் படம் இது.

COMO
ERA
GOSTOSO
O MEU
FRANCÊS
ARDUINO COLASANTI
ANA MARIA MAGALHÃES
EDUARDO IMBASSAHY FILHO
Direção NELSON PEREIRA DOS SANTOS
RIOFILME

Hans Staden என்ற ஜெர்மானியர் *1547* மற்றும் *1550*-ஆம் ஆண்டுகளில் தென்னமெரிக்காவுக்கு இரண்டு முறை பயணம் செய்தார். இரண்டாவது முறை அவர் ஒரு ஸ்பானியக் கப்பலில் சென்ற போது ப்ரஸீலில் உள்ள பரனாகுவா என்ற துறைமுகத்தில் நின்றது கப்பல். அப்போதுஅங்கிருந்தபோர்த்துக்கீசியர்களால்சிறைப்பிடிக்கப்பட்ட ஹான்ஸ் ஸ்டாடனை அவர்கள் தங்களுடைய கோட்டை ஒன்றில் உள்ள ராணுவத்தில் பணிபுரியும்படி உத்தரவிடுகின்றனர். வேறு வழியில்லாததால் *1553* வரை அந்த வேலையைச் செய்கிறார் ஸ்டாடன். ஆனால் ப்ரஸீலில் போர்த்துக்கீசியர்கள் துப்பி ஆதிகுடிகளை ஒழித்துக்கட்டிக்கொண்டிருந்ததால் துப்பி ஆதிவாசிகள் போர்த்துக்கீசியர்களைத் தங்கள் ஜென்ம எதிரியாக பாவித்தனர். போர்த்துக்கீசியர்கள் துப்பி இனத்தவரை சிறைப் பிடித்து அவர்களை கிறித்தவர்களாக மாற்றுவதும் அதற்கு உட்படாதவர்களைக் கொல்வதுமாக இருந்தனர். பதிலுக்கு துப்பி இனத்தவர் போர்த்துக்கீசியர்கள் மீது கெரில்லா தாக்குதல் செய்துகொண்டிருந்தார்கள். இப்படியாக இரண்டு பக்கமும் தாக்குதல் நடந்துகொண்டிருந்த சூழலில் போர்த்துக்கீசியர்களின் கோட்டையில் அவர்களுக்காகப் போரிட்ட ஸ்டாடன் ஒருநாள் துப்பி இனத்தவரால் சிறைப்பிடிக்கப்படுகிறார்.

தங்களிடம் உயிரோடு சிக்கிய போர்த்துக்கீசியர்களை மதச் சடங்குகள் செய்து - நாகரீக மனிதர்களாகிய நாம் கால்நடைகளை தெய்வத்துக்குப் பலியிட்டு, பின்னர் அவற்றை உண்பது போல் - தங்கள் குலதெய்வத்துக்குப் படையல் போட்டு பிறகு அவர்களை வெட்டித் தின்பது துப்பி ஆதிகுடிகளின் வழக்கமாக இருந்தது. ஆனால் தென்னமெரிக்காவுக்கு வந்த ஃப்ரெஞ்சுக்காரர்கள் துப்பி இனத்தவரோடு நட்பு பாராட்டினார்கள். அதற்குக் காரணம் மனிதாபிமானம் அல்ல; ப்ரஸீலின் மீதான அதிகாரப் போட்டியே. எதிரியின் எதிரி நண்பன். துப்பி மக்களிடம் மாட்டிக்கொண்ட ஸ்டாடன் அவர்களிடம் தான் போர்த்துக்கீசியன் அல்ல என்றும், அவர்களால் சிறைப்பிடிக்கப்பட்டவன் என்றும், ஃப்ரெஞ்சுக்காரர்களின் நண்பன் என்றும், அதனால் மற்ற போர்த்துக்கீசியர்களைக் கொன்று தின்பது போல் தன்னைத் தின்ன வேண்டாம் என்றும் எவ்வளவோ மன்றாடுகிறார். துப்பி இனத்தவரில் ஓரிருவருக்கு ஃப்ரெஞ்ச் தெரிந்திருக்கிறது. அவர்கள் ஸ்டாடன் சொல்வதைத் தங்கள் தலைவரிடம் மொழிபெயர்த்துச்

சொல்கிறார்கள். ஸ்டாடன் ஒரு ஃப்ரெஞ்சுக் கவிதையைக்கூட சொல்லிப் பார்க்கிறார். ஆனால் போர்த்துக்கீசியர்களுக்காகப் போரிட்ட ஒரு வெள்ளைத்தோல் மனிதனின் பேச்சை துப்பி தலைவர் நம்புவதாக இல்லை. ஒரு ஃப்ரெஞ்சுக்காரன் எந்தக் காலத்திலும் தங்களுக்கு எதிராக துப்பாக்கியை எடுக்க மாட்டான் என்று சொல்லும் அவர், ஸ்டாடனை எட்டு பௌர்ணமிகளுக்குப் பிறகு படையல் போடுவதாகச் சொல்கிறார். அந்த எட்டு மாதங்களில் பல போர்த்துக்கீசியர்கள் படையல் போடப்பட்டு துப்பி மக்களால் உண்ணப்படுவதைப் பார்த்துக்கொண்டிருக்கிறார் ஸ்டாடன்.

ஸ்டாடனிடம் *Clairvoyance* திறமை இருந்தது. அடுத்து என்ன நடக்கப் போகிறது; அடுத்து அவர்கள் எங்கே போக வேண்டும்; ஒரு மிருகம் எப்போது தாக்கப் போகிறது என்பது போன்ற விஷயங்களை மிகத் துல்லியமாக அவர் சொல்வதைப் பார்த்து வியக்கும் துப்பி தலைவர் அவரைப் பலி கொடுப்பதை ஒத்திப் போடுகிறார். அப்போது அந்தப் பகுதிக்கு வரும் ஃப்ரெஞ்சுக்காரர்கள் துப்பி தலைவரிடம் பேசி அவரை விடுவிக்கிறார்கள். தன் நாட்டுக்குத் திரும்பும் ஸ்டாடன் தன் அனுபவங்களையெல்லாம் ஒரு நூலாக எழுதி *1557*-ஆம் ஆண்டு வெளியிட்டார். *(Voyages to Brazil* என்ற தலைப்பில் இந்நூல் *1892*-இல் ஆங்கிலத்தில் மொழிபெயர்க்கப்பட்டது.)

ஆனால் பிறகு என்ன நடந்தது என்றால், ஸ்டாடன் காப்பாற்றப்பட்டது கர்த்தரின் அருளால்தான் என்று சொல்லி (தேவனின் மகிமைக்கு சாட்சியாக நிற்கிறார் ஹான்ஸ் ஸ்டாடன்!) அவரைக் கொல்லாமல் விட்ட துப்பிகள் அனைவரும் கிறித்தவர்களாக மாற்றப் பட்டார்கள். (ஸ்டாடனிடமிருந்த *clairvoyance* திறமையும் கர்த்தரின் அதிசயங்களில் ஒன்றாக சாட்சி சொல்லப்பட்டது.)

ஸ்டாடனின் இந்தப் பயணக் குறிப்புகள்தான் தென்னமெரிக்காவில் பதினாறாம் நூற்றாண்டில் பரவிய ஐரோப்பியக் காலனி ஆதிக்கத்தின் மிக முக்கியமான ஆவணமாகத் திகழ்கிறது. ஸ்டாடனின் அந்தக் கதையைத்தான் படமாக ஆக்கினார் நெல்ஸன் பெரேரா. முடிவை மட்டும் மாற்றி துப்பிகள் ஸ்டாடனைக் கொன்று தின்பதாக அமைத்தார். காரணம், ப்ரஸீலிய கவிஞரும் களச் செயலாளியுமான *Oswald de Andrade (1890 - 1954), 1928*-ஆம் ஆண்டு வெளியிட்ட *Manifesto Antropófago* (நரமாமிச அறிக்கை). இந்த அறிக்கையின் சினிமா வடிவமே நெல்ஸன் பெரேரா இயக்கிய *How Tasty Was My Little Frenchman.*

இந்தப் படத்தை நகர்த்திச் செல்லும் முக்கியமான பாத்திரம் செபியோ. அவள்தான் ஐரோப்பியர்களுக்கும் துப்பி இனத்தவருக்குமான பாலமாக இருக்கிறாள். காரணம், ஃப்ரெஞ்சுக்காரர்களோடு பேசிப் பேசி அவளுக்குக் கொஞ்சம் ஃப்ரெஞ்ச் தெரிந்திருக்கிறது. ஆனால் அதே சமயம் துப்பி இனத்தில் நிலவும் பெண்ணடிமைத்தனமும் அவள் மூலம் காண்பிக்கப்படுகிறது. ஜானுக்கு (படத்தில் ஸ்டாடனின் பெயர்) உதவி செய்பவளாக - அதாவது, மனைவியாக செபியோவை நியமிக்கிறார் துப்பி இனத்தலைவர் குனாம். குனாமின் உத்தரவுக்கு எதிராகப் பேச செபியோவுக்கு அதிகாரம் இருப்பதில்லை. துப்பிகள் ஒருவரைக் கொன்று தின்பதற்கு முன் அவரை வேட்டை, போர், மத வழிபாடு போன்ற தங்களுடைய குலச் செயல்பாடுகளோடு இணைத்துக்கொள்வது வழக்கம். ஜான் அவர்களோடு எட்டு மாதங்கள் இருக்கிறான். செபியோதான் ஜான் சொல்வதை இனத்தலைவர் குனாமிடம் மொழிபெயர்த்துச் சொன்னவள். ஆனாலும் அவர்களின் மண வாழ்க்கை ஜானின் உயிரைக் காப்பாற்றுவதற்கு எந்த வகையிலும் உதவியாய்

இருப்பதில்லை. செபியோவும்கூட எட்டு பௌர்ணமிக்குப் பிறகு ஜானைத் தின்னும் ஆர்வத்துடன்தான் இருக்கிறாள். இதற்கிடையில் ஜானுக்கு துப்பி மொழியைக் கற்றுக் கொடுக்கிறாள் செபியோ. அவனும் ஒரு துப்பி இனத்தவனைப் போலவே மாறுகிறான். உடம்பில் வண்ணங்களைத் தீட்டிக்கொள்கிறான். துப்பியின் எதிரிகளோடு போரிடுகிறான். இதற்கெல்லாம் அவனுடைய ஒரே நம்பிக்கையாக இருப்பது, எப்படியாவது இந்த இடத்தைவிட்டுத் தப்பித்துவிடலாம் என்பதுதான்.

எட்டு மாதங்கள் கழிந்து மறுநாள் ஜானைப் பலியிடுவதற்கான சடங்கு நடக்கும் தினத்துக்கு முந்தின மாலையில் செபியோவும் ஜானும் சந்திக்கும் வேளையில் அவன் அவளிடம் கேட்கிறான். "நான் கொலை செய்யப்பட்டால் நீ அழுவாயா?"

"ஆமாம்; எனக்கு அது வருத்தமாகத்தான் இருக்கும்."

"ஆனால் நீ என்னைச் சாப்பிடுவாய்தானே?"

அவள் லேசாகப் புன்முறுவல் செய்துவிட்டு, ஆமாம் என்பது போல் தலை ஆட்டுகிறாள்.

அந்தத் தருணத்தில் கேமரா வானத்தையும், சூரியனையும், சூரிய ஒளியில் தகதகக்கும் கடலையும் காண்பிக்கிறது. அடுத்து, ஜானின் ஒவ்வொரு உறுப்பாகத் தொட்டுப் பார்த்து அதை எப்படியெல்லாம் அறுப்பார்கள், எப்படியெல்லாம் அது சுவையாக இருக்கும் என்று செபியோ அவனிடம் சொல்கிறாள். படத்தில் மறக்கவே முடியாத காட்சியாக நம் மனதில் அது தங்குகிறது. "நீ ஒரு துணிச்சல் மிகுந்த வீரனைப் போல் சாக வேண்டும். கோழையைப் போல் அச்சம் அடையக் கூடாது" என்று சொல்லிவிட்டு அவன் தலையில் தன் கையைவைத்து, பின்அதைஅவனுடையநாசியிலும்கன்னங்களிலும் தொட்டுத் தடவி அவனுடைய காமத்தை எழுப்புகிறாள் செபியோ. அதே நேரத்தில் அவன் எப்படி கொல்லப்படுவான் என்பதையும் நுணுக்கமாக விவரிக்கிறாள்.

“குனாம் தன் ஆயுதத்துடன் உன் முன்னே வருவார். ‘உன்னுடைய ஆட்கள் என்னுடைய மக்களில் பலரையும் கொன்றதால் இப்போது உன்னைக் கொல்வதற்காக வந்திருக்கிறேன்’ என்று சொல்வார்.”

அடுத்த காட்சியில் ஜானின் தலையும் தோளும் க்ளோஸப்பில் காண்பிக்கப்படுகிறது. அவன் முகத்தின் அருகே செல்லும் செபியோ அவனிடம் இப்படி சொல்லச் சொல்கிறாள். “நான் இறந்தால் அதற்குப் பழி வாங்குவதற்காக என் மக்கள் இங்கே வருவார்கள்.”

“அவர் தன் ஆயுதத்தால் முதலில் உன் தலையில்தான் போடுவார்.” அவள் கற்பனையாக ஆயுதத்தை ஓங்கி அவன் தலையில் போடுகிறாள். அவன் தலையைக் குனிந்து அந்த அடியை வாங்கிக்கொண்டு செத்து விழுவது போல் பாவனை செய்கிறான். இருவரும் சிரிக்கிறார்கள். பிறகு அவனை மெதுவாக பாறையில் படுக்க வைத்தவாறே சொல்கிறாள்: “பெண்கள் உன் உடலின் மீது கொதிநீரைக் கொட்டுவார்கள். பிறகு உன் கைகளும் கால்களும் ஒவ்வொன்றாக வெட்டப்பட்டு ஒவ்வொருவரும் அதிலிருந்து ஒரு பகுதியைக் கடித்துக்கொள்வார்கள்.” சொல்லிக்கொண்டே அவன் மீது படர்ந்து படுக்கும் அவள் அவனுடைய கழுத்தைக் கடித்தபடி, “என் செல்லக் கழுத்து” என்கிறாள். நாளை அவள் கடிக்கப் போகும் பகுதி அதுதான் என்று பார்வையாளர்களாகிய நாம் புரிந்துகொள்கிறோம். அதன்பின் இருவரும் உருள்கிறார்கள். இரண்டு உருவங்கள் கலவி கொள்ளும் காட்சி மங்கலாகத் தெரிகிறது.

கலவி முடிந்த பிறகு தான் தப்பித்துச் செல்ல வேண்டிய தருணம் வந்துவிட்டதை உணர்கிறான் ஜான். தான் செய்து வைத்திருக்கும் படகையும் ஒளித்து வைத்திருக்கும் தங்கத்தையும் எடுத்துக்கொண்டு கிளம்பும் போது அவன் காலில் குறி பார்த்து அம்பு விடுகிறாள் செபியோ. அதையும் பொருட்படுத்தாமல் அவன் படகை நோக்கி ஓடுகிறான். ஆனால் அவன் சற்றும் எதிர்பாராத வகையில் படகில் ஒரு பெரிய ஓட்டையைப் போட்டு வைத்திருக்கிறாள் செபியோ. கடும் கோபத்துடன், ஏய் அட்டையே என்று கத்துகிறான். (இதில் ஒரு சிலேடை இருக்கிறது. துப்பி மொழியில் செபியோ என்பதன் பொருள் ரத்தத்தை உறிஞ்சும் அட்டை!)

அடுத்த காட்சியில் ஜான் கயிறால் கட்டப்பட்டிருக்கிறான். இரண்டு பேர் அவனைப் பிடித்துக்கொண்டிருக்கிறார்கள். தம் உடலில் பலவித வண்ணங்களைத் தீட்டிய பெண்கள் அவனைச் சுற்றி வந்து அவனைக் கண்டபடி திட்டுகிறார்கள். அந்தப் பெண்களில் செபியோவும் இருப்பதைக் கண்டு ஆச்சரியம் அடைகிறான் ஜான். ("நான் கொலை செய்யப்பட்டால் வருத்தப்படுவேன் என்று நேற்று சொன்னாளே?") அவனைக் கிண்டல் செய்து திட்டுவதில் செபியோதான் முதன்மையாக இருப்பதையும் காண்கிறான். "இவன் கறி எவ்வளவு ருசியாக இருக்கும்?" "என் செல்லக் கழுத்து..." என்றெல்லாம் அவனைச் சீண்டுகிறாள். அவனைக் கொல்லப் போகும் சடங்குகளில் அவள்தான் பிரதானமாக இருக்கிறாள். அவனைத் தாக்கப் போகும் ஆயுதம் வலுவாக இருக்கிறதா என்று பரிசோதிக்கிறாள். அதை ஜானிடமும் காட்டுகிறாள். "நீ இன்னும் வீரமாகவும் துணிவாகவும் இருக்க வேண்டும்" என்று அவனிடம் கூறுகிறாள். அவன் அவளைக் கோபத்துடன் பிடித்துத் தள்ளுகிறான். இதை அடுத்து குனாம் ஜானை நெருங்கி அவன் தலையில் ஒரே போடாகப் போட்டுக் கொல்கிறான். சடங்குகளும் இசையும் நடனமும் தொடர்கின்றன.

(செபியோ ஏன் இப்படி முன்னுக்குப் பின் முரணாக நடந்து கொண்டாள் என்பதை உங்களில் யாரேனும் ஊகிக்க முடிகிறதா? முடிந்தால் எனக்கு எழுதுங்கள்.)

***

மனித மாமிசத்தைத் தின்பதில் இரண்டு வகை இருக்கிறது. ஒன்று பசிக்காகத் தின்பது; இன்னொன்று, மதச்சடங்குகளுக்காக பலியிட்டு

அந்தச் சடங்குகளின் ஒரு பகுதியாகத் தின்பது. துப்பி இனத்தவர் ஒருபோதும் பசிக்காக மனிதர்களை வேட்டையாடித் தின்றவர்கள் அல்ல. ஆனால் இன்னொரு நாட்டில் புகுந்து அங்கே வசிக்கும் மக்களின் மொழியையும், கடவுளையும், கலாச்சாரத்தையும் அழித்து, தங்களின் மொழியையும் கடவுளையும் புகுத்திய ஐரோப்பியர்களே நர மாமிசம் தின்பவர்களைக் காட்டிலும் கொடூரமானவர்கள் என்பதே *How Tasty Was My Little Frenchman* படத்தின் அடிப்படை.

'The most original meta-cultural theory ever produced in Latin America to the presentday' என்று கருதப்படும் ஆஸ்வால்டின் நரமாமிச அறிக்கைதான் ஃபிடலின் கூபப் புரட்சி, சே குவேராவின் பொலிவிய கெரில்லா போராட்டம் உட்பட லத்தீன் அமெரிக்காவில் அமெரிக்க-ஐரோப்பிய காலனி ஆதிக்கத்திற்கு எதிராக இன்று வரை நடந்த எல்லாப் போராட்டங்களுக்கும் காரணியாக அமைந்தது; மட்டுமல்லாமல், க்ளோத் லெவி-ஸ்ட்ராஸின் கலாச்சார மானுடவியல் கண்டுபிடிப்புகளுக்கும் இந்த அறிக்கையே உந்துதலாக இருந்தது என்று சொல்லலாம். எது நாகரீகம், எது காட்டுமிராண்டித்தனம் என்ற அடிப்படைக் கேள்வியை முன்வைக்கும் இந்த அறிக்கை இவ்வாறாக ஐரோப்பியர்களின் கலாச்சார மேலாண்மைவாதத்துக்கு *(cultural hegemony)* பெரும் நெருக்கடியைக் கொடுத்தது. தர்க்கம், ஒருதார மணம் போன்றவற்றுக்கு எதிரான தொல்குடித்தன்மை *(Primitiveness)* இந்த அறிக்கையின் முக்கிய அம்சங்களில் ஒன்று. (துப்பிகளிடையே ஒருதார மணப்பழக்கம் இருந்ததில்லை.)

"நரமாமிசத்தைப் புசித்தல் *(anthropophagy)* என்பது நெல்ஸன் பெரேராவின் இந்தப் படத்தில் ஒரு உருவகமாக *(metaphor)* அமைந்திருக்கிறது. நவீன நுகர்வுக் கலாச்சாரம் என்பது வெளியிலிருந்து வரும் விஷயங்களுக்குத் தன்னை அடிமையாக்கிக்கொள்கிறது. ஆனால் ஆஸ்வால்டின் நரமாமிசக் கோட்பாடு வெளி விஷயங்களை 'தின்று' விடுகிறதே தவிர அதற்கேற்றபடி தம்மை உருமாற்றிக் *(transform)* கொள்வதில்லை" என்கிறார் நெல்ஸன் பெரேரா பற்றி நூல் எழுதியிருக்கும் *Darlene J.Sadlier.*

மெழுகுவர்த்தி அரசனிலிருந்து ஒரு காட்சி

ஆஸ்வால்ட் ஆந்த்ராதே தன்னுடைய நரமாமிசக் கோட்பாட்டை அடிப்படையாகக் கொண்டு 1933-இல் மெழுகுவர்த்தி அரசன் (*O Rei da Vela*) என்ற ஒரு நாடகத்தையும் எழுதினார். அந்தக் காலத்து ப்ரஸீலிய சினிமா, ஓவியம், நாடகம் போன்றவற்றில் பெரிதளவு தாக்கம் செலுத்தியது இந்த நாடகம். 1960களிலிருந்து 1980கள் வரை ப்ரஸீலில் நிகழ்ந்த எதிர்க்கலாச்சார கலை வெளிப்பாடுகள் அனைத்திற்கும் ஆஸ்வால்டின் நரமாமிச அறிக்கையும் இந்த நாடகமுமே அடிப்படையாக இருந்தது. 1983-இல் மெழுகுவர்த்தி அரசன் திரைப்படமாகவும் எடுக்கப்பட்டது.

How Tasty Was My Little Frenchman என்ற படத்தைப் பார்க்க ஆரம்பித்த போது எனக்கு ஒரு சிறிய அதிர்ச்சி காத்திருந்தது. துப்பி இனத்தவர் ஆடை எதுவும் அணிவதில்லை. மற்ற சில ஆஃப்ரிக்க ஆதிவாசிகளைப் போல் பிறப்பு உறுப்புகளைக் கூட இலை தழைகளால் மறைப்பதில்லை. முழு நிர்வாணம். சுமார் 3000 பேரை படம் முழுவதும் நிர்வாணமாகவே பார்க்க நேர்ந்ததுதான் அந்த அதிர்ச்சி. இந்த ஒரே காரணத்தினால் ப்ரஸீல் போலீஸ் இந்தப் படத்தைத் தடை செய்துவிட்டது. ஆனால் இத்தனை பேரின் முழு நிர்வாணம் நமக்குள் எந்தவிதமான பாலுணர்வையோ அசூயை உணர்வையோ கிளர்ச்சியையோ ஏற்படுத்துவதில்லை என்பது முக்கியமான விஷயம். மூவாயிரம் பேரின் ஆணுறுப்பையும்

பெண்ணுறுப்பையும் முழு நிர்வாணமாக ஒன்றரை மணி நேரம் பார்க்கும் போது நமக்குள் சிறிதளவு பாலுணர்வுச் சலனம்கூட ஏற்படுவதில்லை என்றால் என்ன பொருள்? ஒட்டு மொத்தமான ஹாலிவுட், பாலிவுட், கோலிவுட் சினிமாக்களின் *voyeuristic pleasure* என்பதையே இதன் மூலம் தோலுரித்துக் காட்டிவிடுகிறார் நெல்ஸன் பெரேரா. பாலுணர்வுக் கிளர்ச்சி என்பது நிர்வாணத்தில் இல்லை. அந்த நிர்வாணத்தை எந்த நோக்கத்தில், எந்த விதமாகக் காண்பிக்கிறீர்கள் என்பதில்தான் இருக்கிறது என்பதே நெல்ஸனின் செய்தி. வேறு விதமாகச் சொன்னால் *Gaze* (உற்றுப் பார்த்தல்) என்பதில்தான் பாலுணர்வுக் கிளர்ச்சி தூண்டப்படுகிறது. இந்த *Gaze* என்பதுதான் நம்முடைய வணிக சினிமா முழுவதற்குமான அச்சாணியாக அமைந்திருக்கிறது.

படத்தில் நான் கவனித்த இன்னொரு விஷயம், துப்பி இனத்தவராக நடித்த அத்தனை ஆண்களின் பிறப்பு உறுப்பும் அளவில் மிகச் சிறியதாகவும், (ஐரோப்பிய) ஜானின் பிறப்பு உறுப்பு அளவில் மிக நீண்டும் இருந்தது. மானுடவியல் ரீதியாக எந்த அளவுக்கு நுணுக்கமாக எடுக்கப்பட்ட படம் என்பதற்கு இதுவும் ஒரு சான்று. ஒன்றரை மணி நேரம் ஓடும் இந்தப் படத்தைப் பார்த்துக்கொண்டிருந்த போது இது நம்முடைய காலத்தில், ஒரு கேமராவின் மூலம் சிருஷ்டிக்கப்பட்ட கற்பனைப் படைப்பு என்றே தோன்றாமல் ஒரு ஆவணப் படத்தைப் பார்ப்பது போலவே இருந்தது. ஆனால் துப்பி இன மக்களையே வைத்து இந்தப் படத்தை எடுக்கவில்லை என்பது சில விமர்சகர்களின் கருத்து. இதில் நடித்திருப்பவர்கள் ப்ரஸீலைச் சேர்ந்தவர்களே தவிர துப்பி இனத்தைச் சேர்ந்தவர்கள் அல்ல. ஆனால் துப்பி மொழியில் எடுக்கப்பட்ட முதல் படம் இதுதான் என்பதும் குறிப்பிடத்தக்கது.

விவாதத்திற்குரிய இன்னும் சில பிரச்சினைகள்: விவிலியத்தில் குறிப்பிடப்படும் திருப்பலிக்கும் (Eucharist) ஆஸ்வால்டின் நரமாமிசக் கோட்பாட்டுக்கும் உள்ள ஒற்றுமையையும் சில விமர்சகர்கள் குறிப்பிடுகிறார்கள். யோவான் ஆறாம் அதிகாரம், வசனம் 53-இலிருந்து 57 வரை பார்க்கவும்.

"என் மாமிசத்தைப் புசித்து, என் ரத்தத்தைப் பானம் பண்ணுகிறவனுக்கு நித்திய ஜீவன் உண்டு. நான் அவனைக் கடைசி நாளில் எழுப்புவேன்." (யோவான், 6:54)

ஆஸ்வால்டின் நரமாமிசக் கோட்பாடு என்பது மனிதனின் மாமிசத்தைத் 'தின்னும் செயல்' அல்ல. அது ஒரு உருவகம். அவ்வளவுதான். ஆனால் தென்னமெரிக்கர்கள் நரமாமிசம் தின்பவர்கள் என்று சொல்லி அவர்களின் இனத்தையே அழித்தொழித்தார்கள் ஐரோப்பியர்கள். படத்தின் ஆரம்பத்தில் ஒரு ஃப்ரெஞ்ச் ராணுவ அதிகாரியின் கடிதம் வாய்ஸ் ஓவராக வருகிறது.

"ப்ரஸீல் ஒரு பாலைவனம். இங்கே வீடுகளோ தெருக்களோ எதுவும் இல்லை... இங்குள்ளவர்கள் நாகரீகமோ பண்பாடோ இல்லாத காட்டுமிராண்டிகள். இவர்களை மனித இனத்திலேயே சேர்க்க முடியாது. இவர்களுக்கு மதம் இல்லை. நீதி, நியாயம் என்று எதுவுமே இங்கே இல்லை. சுருக்கமாகச் சொன்னால், மனித முகத்தில் வாழும் மிருகங்கள்."

இந்த வாய்ஸ் ஓவர் வரும் போது படத்தில் நாம் காணும் காட்சி... ப்ரஸீலின் பசுமை படர்ந்த ஒரு சமவெளி. அங்கே துப்பி இனத்தவர் ஃப்ரெஞ்சுக்காரர்களோடு சிரித்துப் பேசிக்கொண்டிருக்கிறார்கள். அவர்களுக்கு உணவு தருகிறார்கள். அங்கே அவர்கள் வீடு கட்டிக்கொள்வதற்கு உதவி செய்கிறார்கள்.

***

சாரு நிவேதிதா

18.12.1953-இல் திருவாரூர் மாவட்டத்தில் திருத்துறைப் பூண்டிக்கு அருகில் உள்ள இடும்பாவனம் என்ற ஊரில் பிறந்தார். வளர்ந்ததும் பள்ளிப் படிப்பும் நாகூரில். கல்லூரிப் படிப்பு காரைக்கால், தஞ்சாவூர், திருச்சி. கல்லூரிப் படிப்பை முடிக்கவில்லை. சென்னையில் ஒரு ஆண்டு சிறைத்துறையில் எழுத்தர் பணி. 1978-இலிருந்து 1990 வரை தில்லி நிர்வாகம் - சிவில் சப்ளைஸ் துறையில் ஸ்டெனோ. பின்னர் பனிரண்டு ஆண்டுகள் தமிழ்நாடு அஞ்சல் துறையில் பணி. 2002-இலிருந்து முழுநேர எழுத்து.

இகனாமிக் டைம்ஸ் நாளிதழின் அகில இந்தியப் பதிப்பில், 2001 - 2010 என்ற பத்தாண்டுகளின் சாதனையாளர் பட்டியலில் தமிழகத்திலிருந்து இடம் பெற்ற இரண்டு பேர்களில் ஒருவர் சாரு நிவேதிதா.

இவரது நாவல் 'ஸீரோ டிகிரி' Jan Michalski சர்வதேசப் பரிசுக்குப் பரிந்துரைக்கப்பட்டது. ஹார்ப்பர் காலின்ஸ் தொகுத்த, இந்தியாவின் ஐம்பது முக்கிய புத்தகங்களில் ஒன்றாகவும் தேர்ந்தெடுக்கப்பட்டது.

ஆங்கிலப் பத்திரிகைகளில் இவர் எழுதும் கட்டுரைகள் சர்வதேச அளவில் கவனம் பெற்றவை. லண்டனிலிருந்து வெளியாகும் PS Publication-இன் Exotic Gothic தொகுதியில் இவரது Diabolically Yours என்ற பேய்க்கதை ஆங்கிலத்தில் வெளியாகி உள்ளது. தற்சமயம் லண்டனிலிருந்து வெளிவரும் ArtReview Asia என்ற பத்திரிகையில் தொடர் கட்டுரை எழுதி வருகிறார்.

இவரது எழுத்தை ஆங்கில விமர்சகர்கள் விளதிமீர் நபக்கோவ், வில்லியம் பர்ரோஸ், கேத்தி ஆக்கர் போன்ற எழுத்தாளர்களோடு ஒப்பிடுகிறார்கள். உலகின் முக்கியமான transgressive வகை எழுத்தாளர்களில் ஒருவராகக் கருதப்படுகிறார் சாரு நிவேதிதா. தற்போது சென்னையில் வசிக்கிறார்.

நாவல்

1. எக்ஸிஸ்டென்ஷியலிஸமும் ஃபேன்சி பனியனும்
2. ஸீரோ டிகிரி
3. ராஸ லீலா
4. காமரூப கதைகள்
5. தேகம்
6. புதிய எக்ஸைல்
7. Marginal Man

சிறுகதைத் தொகுப்பு

1. கர்னாடக முரசும் நவீன தமிழ் இலக்கியத்தின் மீதான ஓர் அமைப்பியல் ஆய்வும்
2. நேநோ
3. மதுமிதா சொன்ன பாம்பு கதைகள்
4. ஷேக்ஸ்பியரின் மின்னஞ்சல் முகவரி
5. ஊரின் மிக அழகான பெண் (மொழிபெயர்ப்புச் சிறுகதைகள்)
6. Morgue Keeper - கிண்டிலில் வெளியான ஆங்கில சிறுகதைகள்
7. முத்துக்கள் பத்து - தேர்ந்தெடுத்த சிறுகதைகள்
8. Diabolically Yours - எக்ஸாட்டிக் காத்திக் தொகுதி 5, பகுதி 2-இல் வெளிவந்த சிறுகதை (Exotic Gothic 5, Vol. II)

கட்டுரைத் தொகுப்பு

1. கோணல் பக்கங்கள் - 1
2. கோணல் பக்கங்கள் - 2
3. கோணல் பக்கங்கள் - 3
4. கலகம் காதல் இசை
5. வாழ்வது எப்படி?
6. எனக்குக் குழந்தைகளைப் பிடிக்காது
7. அதிகாரம் அமைதி சுதந்திரம்
8. கனவுகளின் மொழிபெயர்ப்பாளன்
9. திசை அறியும் பறவைகள்
10. கடவுளும் நானும்
11. மூடுபனிச் சாலை
12. ஆஸாதி... ஆஸாதி... ஆஸாதி...
13. தப்புத் தாளங்கள்
14. வரம்பு மீறிய பிரதிகள்
15. தாந்தேயின் சிறுத்தை
16. கடவுளும் சைத்தானும்

17. கலையும் காமமும்
18. மலாவி என்றொரு தேசம்
19. கெட்ட வார்த்தை
20. மனம் கொத்திப் பறவை
21. எங்கே உன் கடவுள்?
22. கடைசிப் பக்கங்கள்
23. பழுப்பு நிறப் பக்கங்கள் (தொகுதி 1)
24. சரசம் சல்லாபம் சாமியார்
25. வேற்றுலகவாசியின் டயரிக் குறிப்புகள்
26. Unfaithfully Yours

சினிமா

1. லத்தீன் அமெரிக்க சினிமா - ஓர் அறிமுகம்
2. சினிமா: அலைந்து திரிபவனின் அழகியல்
3. சினிமா சினிமா
4. தீராக்காதலி
5. நரகத்திலிருந்து ஒரு குரல்
6. கனவுகளின் நடனம்
7. Towards A Third Cinema

கேள்வி – பதில்

1. அருகில் வராதே
2. அறம் பொருள் இன்பம்

பயணக் கட்டுரை

1. நிலவு தேயாத தேசம்
2. To Byzantium: A Turkey Travelogue

நேர்காணல்

1. ஒழுங்கின்மையின் வெறியாட்டம்
2. இச்சைகளின் இருள்வெளி (நளினி ஜமீலாவுடன் ஒரு உரையாடல்)

நாடகம்

ரெண்டாம் ஆட்டம்

இணையதளம்

www.charuonline.com

www.charunivedita.com

www.ingramcontent.com/pod-product-compliance
Ingram Content Group UK Ltd.
Pitfield, Milton Keynes, MK11 3LW, UK
UKHW042019190726
13854UKWH00005B/2367